தோழர்கள்

தோழர்கள்

கி. ரமேஷ்

கிழக்கு

தோழர்கள்
Thozhargal

K.Ramesh ©

First Edition: December 2022
144 Pages
Printed in India.

ISBN: 978-93-90958-67-2
Kizhakku - 1303

Kizhakku Pathippagam
177/103, First Floor, Ambal's Building, Lloyds Road,
Royapettah, Chennai - 600 014. Ph: +91-44-4200-9603
Email : support@nhm.in   Website : www.nhm.in

f kizhakkupathippagam   **t** kizhakku_nhm

Kizhakku Pathippagam is an imprint of New Horizon Media Private Limited

The views and opinions expressed in this book are the author's own and the facts are as reported by the author, and the publishers are not in any way liable for the same.

All rights reserved. No part of this publication may be reproduced, stored in a retrieval system, or transmitted, in any form or by any means, electronic, mechanical, photocopying, recording or otherwise, without the prior permission of the publishers.

சமர்ப்பணம்

பொதுவுடைமை இயக்கத்தின் வரலாற்றைத்
தேடித் தேடிச் சேகரித்துக் கட்டமைத்த
தோழர் என். ராமகிருஷ்ணனின் நினைவுகளுக்கு.

பொருளடக்கம்

	அணிந்துரை	/ 9
	யார் தோழர்கள்?	/ 11
1.	ம. சிங்காரவேலர்: முதல் கம்யூனிஸ்ட்	/ 17
2.	அமீர் ஹைதர்கான்: மகிழ்ச்சி என்பது போராட்டமே!	/ 28
3.	ஹர்கிஷன் சிங் சுர்ஜீத்: வீரத்தின் விளைநிலம்	/ 42
4.	என். சங்கரய்யா: எதிர்ப்பே வாழ்க்கை	/ 52
5.	கோதாவரி பருலேகர், ஷாம்ராவ் பருலேகர்: விடுதலைப் போராளிகள்	/ 66
6.	பி. ராமமூர்த்தி: சுதந்திர தாகம்	/ 75
7.	இ.எம்.எஸ்.நம்பூதிரிபாட்: இடைவிடாத போராளி	/ 97
8.	ப. ஜீவானந்தம்: ஜீவ காவியம்	/ 111
9.	பி. சீனிவாசராவ்: இறுதிவரை இயக்கம்	/ 124
10.	கே.டி.கே.தங்கமணி: உரக்கப் பேசு!	/ 134
	உதவிய நூல்கள்	/ 143

அணிந்துரை

தொழிற்சங்கத் தலைவரும் எழுத்தாளருமான கி. ரமேஷ் எழுதிய 'தோழர்கள்' நூலுக்கு முன்னுரை எழுதுவதே பெருமகிழ்ச்சி தரும் அனுபவமாக இருக்கிறது. இந்த நூலை எழுதுவதற்காக அவர் குறிப்பிட்டுள்ள காரணம், மகிழ்ச்சிக்கான காரணங்களில் ஒன்றாக இருக்கிறது. கம்யூனிசம் பற்றிய உண்மையான கருத்துக்கள் சென்று சேர்வதற்கு முன்பே, பொய்யான பிரசாரங்கள் சென்று மக்களைக் குழப்பிவிடும். இந்த அனுபவம் மாமேதை காரல் மார்க்ஸ் வாழ்ந்த காலத்திலேயே தொடங்கிவிட்டது. இப்போதும் அது தொடர்கிறது.

அதனைத் தன்னுடைய பாணியில் சுட்டிக்காட்டியுள்ள ரமேஷ், தலைவர்களின் வாழ்க்கையை அற்புதமாக விவரிப்பதன் மூலம் அந்தத் தவறான பிரசாரத்தை எதிர்கொள்ள முயற்சிப்பதாகக் கூறுகிறார். கம்யூனிஸ்ட் கட்சியின் களப்பணிகள் ஒவ்வொன்றுமே, பொய்யான பிரசாரங்களுக்கு எழுதப்படும் மறுப்புரைகள்தான். நான் எழுதி இதுவரை 3 தொகுதிகளாக வெளியாகியிருக்கும் 'களப்பணியில் கம்யூனிஸ்டுகள்' என்ற தொடர், அதே பணியை வேறு விதத்தில் செய்கிறது. அன்புத் தோழர் ரமேஷின் தந்தையும் அந்தத் தொகுப்பில் ஒரு பகுதியாக இடம்பெற்றுள்ளார். வாழையடி வாழையாக மக்களுக்கு உழைப்போம் என்பதை நிரூபிக்கும் விதத்தில் மகனும் செயல்படுகிறார்.

இந்தியாவின் முதல் மேதினக் கொடி ஏற்றப்பட்டு, பட்டொளி வீசிப் பறந்த சென்னை மண்ணில், தோழர் சிங்காரவேலர் வாழ்க்கையை விவரிப்பதில் இருந்து தொடங்குகிறது இந்த நூல். தோழர் சிங்காரவேலர், கம்யூனிச கருத்தியலை மக்கள் மத்தியில் கொண்டு சேர்ப்பதில் மகத்தான பங்களிப்பைச் செய்துள்ளார். அதன் பிறகு தோழர் அமீர் ஹைதர் கான் பற்றி விவரிக்கிறது. அவர் தென்னிந்தியாவில் கம்யூனிஸ்ட் கட்சி வேர் பிடிப்பதில் முக்கியப்

பங்காற்றினார். அவரின் உழைப்பும் அர்ப்பணிப்பும் பொட்டல் காட்டைத் திருத்திப் பயிர் செய்யும் உழவுப் பணிக்கு ஒப்பானவை.

அதன் பின்னர் விடுதலைப் போராட்டத்தில் புடம்போடப்பட்ட களப்போராளிகளான சுர்ஜித்தும், இன்றும் நம்மோடு வாழும் நூற்றாண்டு கண்ட நாயகர் என்.சங்கரய்யாவும் வருகிறார்கள். இந்த நூலில் விவரிக்கப்பட்டுள்ள ஒவ்வொரு வாழ்க்கையும், பல்வேறு ஒத்த அம்சங்களையும், தனிச்சிறப்பான வரலாற்று பங்களிப்பு களையும் ஒருங்கே கொண்டிருக்கின்றன. எல்லோருமே 'தோழர்கள்' என்ற சொல்லுக்கு தமது வாழ்க்கையே பொருள் என்ற அளவில் விட்டுச் சென்றிருக்கிறார்கள்.

இந்தியாவின் கடைக்கோடி மனிதர்களுக்கும் விடுதலையை உறுதி செய்திட வேண்டும் என்பதுதான் கம்யூனிஸ்ட் இயக்கத்தின் லட்சியம். எத்தனையோ நிகரில்லாத தலைவர்களை உருவாக்கியுள்ள கம்யூனிஸ்ட் இயக்கம், எந்த ஒரு தனிநபர் பிம்பத்தையும் கட்டமைப்பதில்லை. வாழும் காலத்திலேயே தமது தனிப்பட வாழ்க்கை மற்றும் பங்களிப்பு பற்றி யாரும் பேசக்கூடாது என்ற நிலைப்பாட்டைத் தலைவர்கள் மேற்கொண்டார்கள்.

தொழிலாளி-விவசாயி ஒற்றுமை, புரட்சிகர இலக்கை நோக்கிய வர்க்கப் போராட்டம், அதற்காக இன்னுயிர் ஈந்த பல்லாயிரக் கணக்கான தோழர்களின் வடிவமான செங்கொடி, இதைத்தான் நமது முன்னுதாரணத் தலைவர்கள் தம் வாழ்நாளெல்லாம் முன்னிருத்தி வாழ்ந்திருக்கிறார்கள். மறைவுக்குப் பிறகுதான் ஒருவரின் வரலாற்றுப் பங்களிப்பை மதிப்பிட வேண்டும் என்பதில் சமரசமில்லாத உறுதிகாட்டி வாழ்ந்துள்ளார்கள். அதற்கு நியாயம் சேர்ப்பதாக இந்த நூல் வந்திருப்பது மிகுந்த மகிழ்ச்சி தருகிறது.

இதுவரை பல்வேறு மொழியாக்க நூல்களுக்காக விருதுகள் பெற்றும், வாசகர்களின் பாராட்டைப் பெற்றும் வலம் வந்த ரமேஷ், இந்த அற்புதமான கட்டுரைகளின் மூலம் தனது இலக்கியத் தரம் வாய்ந்த எழுத்து வன்மையையும் நமக்கு எடுத்துக் காட்டியுள்ளார். இந்த நூல் இன்றைய இளைய தலைமுறையைச் சென்றடைய வேண்டும். தமிழ் வாசகர்களின் பரவலான அங்கீகாரத்தையும், பாராட்டையும் பெற வேண்டும் என வாழ்த்துகிறேன்.

ஜி.ராமகிருஷ்ணன்
அரசியல் தலைமைக்குழு உறுப்பினர்
சிபிஐ(எம்)

யார் தோழர்கள்?

கார்ல் மார்க்ஸ், ஃபிரெட்ரிக் எங்கெல்ஸ் இருவரும் இணைந்து வெளியிட்ட முதல் அரசியல் பிரகடனமான கம்யூனிஸ்ட் கட்சி அறிக்கையின் முதல் வாக்கியம் இதுதான். 'இப்போது ஐரோப்பாவை ஒரு பூதம் பிடித்து ஆட்டி வருகிறது. அதுதான் கம்யூனிச பூதம்'.

அன்றும் சரி, இன்றும் சரி, கம்யூனிசத்தையும் அதை முன்னெடுத்து உரையாடும் தலைவர்களையும் ஏதோ பூதம் போல் பார்த்து அஞ்சுபவர்களும் வெறுப்பவர்களும் மிகுதியாகவே இருக்கிறார்கள். நான் ஒரு தொழிற்சங்கவாதி என்பதால் எனக்கே அந்த அனுபவம் உண்டு. 'நான் உங்களை ஒரு பேய், பூதம் போல் அல்லவா நினைத்துக் கொண்டிருந்தேன். அப்படித்தான் என்னிடமும் பலர் சித்தரித்திருந்தார்கள். ஆனால் நீங்கள் முற்றிலும் வேறானவராக இருக்கிறீர்களே!' என்று என்னிடமே பலர் ஆச்சரியப் பட்டிருக்கிறார்கள். என் நிலைமையே இப்படி என்றால், கம்யூனிஸ்ட் தலைவர்களைப் பற்றிக் கேட்கவே வேண்டாம்.

கம்யூனிச அச்சம் நீங்குவதற்கு ஒரே வழி, கம்யூனிசம் என்றால் உண்மையில் என்னவென்றும் யாருக்கானது என்றும் நிதானமாக எடுத்துச் சொல்வதுதான். அப்பணியின் ஒரு பகுதியாகவே இந்தத் தொடரைத் திட்டமிட்டிருக்கிறேன்.

கோட்பாடுகள்மூலமாக கம்யூனிசத்தை அறிமுகப்படுத்துவது ஒரு வகை என்றால் அந்தக் கோட்பாடுகளை மக்களிடம் கொண்டு

சென்றவர்களை அறிமுகப்படுத்துவதன்மூலம் கம்யூனிசத்தின் சாரத்தை அறிமுகப்படுத்துவது இன்னொரு வகை. நான் இரண்டாவதைத் தேர்ந்தெடுத்திருக்கிறேன். இந்திய கம்யூனிஸ்ட் தலைவர்களின் வாழ்வையும் பணிகளையும் எளிமையாகவும் சுருக்கமாகவும் இங்கே அறிமுகப்படுத்தப்போகிறேன்.

கம்யூனிசம் நம் நாட்டுக்கு அந்நியமானது. அது வேற்று நாட்டுத் தத்துவம். எனவே அது நமக்குத் தேவையற்றது என்று சொல்பவர்கள் உள்ளனர். அப்படிப் பார்த்தால் ஜனநாயகம் என்பதே பிரெஞ்சுப் புரட்சியிலிருந்து எழுந்ததுதான். நம் மண்ணில் இல்லாதது என்பதால் ஜனநாயகத்தை நமக்கானது அல்ல என்று சொல்லிவிடமுடியுமா என்ன?

'எல்லோரும் எல்லாமும் பெற வேண்டும்; இங்கு இல்லாமை இல்லாத நிலை வேண்டும்; வல்லான் பொருள் குவிக்கும் தனிவுடைமை நீங்கி வரவேண்டும் திருநாட்டில் பொதுவுடைமை...' என்று பாடுகிறார் பாரதிதாசன். ரஷ்யாவில் நடைபெற்ற புரட்சியை அறிந்து முதலில் நமக்கு அறிமுகம் செய்தவர் பாரதியார். கம்யூனிஸ்ட் கட்சி அறிக்கையை முதலில் தமிழில் மொழிபெயர்த்து வெளியிட்டவர் பெரியார். மாபெரும் கயா காங்கிரஸ் சபையில் இந்தியாவின் முதல் கம்யூனிஸ்ட் என்று தன்னை அறிமுகம் செய்து கொண்டவர் சென்னையின் சிங்காரவேலர்.

தமிழகத்தில் கம்யூனிஸ்ட் கட்சியை அமைக்க முதலில் வித்திட்டவர் இன்றைய பாகிஸ்தான் பகுதியில் பிறந்த அமீர் ஹைதர்கான். தெலுங்கானா புரட்சியின் தலைவராக இருந்து புரட்சி செய்த பி. சுந்தரய்யா; தமிழகத்தில் எதிர்க்கட்சித் தலைவராக சட்டசபையில் சிங்கநாதம் செய்து முதலில் தமிழில் பட்ஜெட்டை விமர்சித்துப் பேசி பிரமிக்க வைத்த பி. ராமமூர்த்தி; விவசாயிகளின் எழுச்சிக்குத் தலைமை தாங்கி அவர்களைப் போராளிகளாக்கிய பி. சீனிவாசராவ்; சென்னையில் தொழிற்சங்கத் தலைவராகப் பரிணமித்து தொழிற்சங்கத் தலைவர்கள் பலரை உருவாக்கிய வி.பி. சிந்தன்; மதுரையில் 1946இல் பம்பாயில் நடந்த மாபெரும் கப்பற்படைப் புரட்சிக்கு ஆதரவாகத் தெருவில் இறங்கி மாணவர்களை வழிநடத்திப் பெரும் கம்யூனிஸ்ட் தலைவராக உருவாகி இன்று நூறாவது ஆண்டில் அடியெடுத்து வைத்திருக்கும் சங்கரய்யா; திருச்சியில் கட்சியைக் கட்டிய ஆர். உமாநாத்;

மதுரையில் குழந்தையாகக் கட்சியில் நுழைந்து விடுதலைப் போராட்டத்தில் மிளிர்ந்த கே.பி.ஜானகியம்மா; பொன்மலையில் குழந்தையாக வந்து பின்னர் பெரும் போராளியான பாப்பா உமாநாத்... இப்படிப் பெருகிக்கொண்டே போகிறது தோழர்களின் பட்டியல்.

தங்கள் வாழ்வைப் பின்னுக்குத் தள்ளி வைத்துவிட்டுப் பொது வாழ்வே பிரதானம் என்று முன்னகர்ந்து வந்தவர்கள் இவர்கள். நான், என் குடும்பம், என் வீடு என்று சுருங்காமல் நாம், நம் சமூகம், நம் உலகம் என்று விரிந்தவர்கள். சொந்தப் பிரச்சினைகளுக்காக அல்ல, சமூகத்தின் பிரச்சினைகளுக்காகப் போராட வந்தவர்கள் இவர்கள். சாதி, மதம், மொழி போன்ற பாகுபாடுகளைக் களைந்து மக்களை மக்களாகக் கருதி அணுகியவர்கள். அவர்களுக்காகச் சிந்தித்தவர்கள். அவர்களுக்காகச் செயல்பட்டவர்கள். அவர்களோடு தங்களைக் கரைத்துக்கொண்டவர்கள்.

அனைவரின் நலனுக்காகவும் பணிபுரியும் ஓர் அரசு வேண்டும். அந்த அரசு சோஷலிச அரசா இருக்கவேண்டும் என்ற குறிக்கோளோடு தம்மை ஒப்புக் கொடுத்தவர்கள் இவர்கள். ஒரு சில ஆண்டுகளில் நிறைவேறி முடிந்துவிடுகிற கனவு அல்ல இது என்பது அவர்களுக்குத் தெரியும். வரித்துக்கொண்ட கனவை நனவாக்கவேண்டுமானால் ஒரு முழு வாழ்நாளுமேகூடப் போதாது என்பதையும் உணர்ந்தவர்கள்தாம். ஆனால் இந்த உணர்வு அவர்களைச் சோர்வடையச் செய்வதற்குப் பதில் மேலதிகம் உத்வேகம் கொள்ளவே செய்திருக்கிறது. அதனால்தான் அவர்கள் போராளிகள். அதனால்தான் அவர்கள் மக்களின் தோழர்கள்.

அதனாலேயே அவர்கள் கடும் எதிர்ப்புகளையும் சந்தித்திருக்கிறார்கள். இன்றளவும் சந்தித்துவருகிறார்கள். சோஷலிசத்துக்கு எதிராக மாபெரும் அவதூறு பிரசாரம் உலகெங்கும் முன்னெடுக்கப் பட்டிருக்கிறது. இன்னமும் அது ஓயவில்லை.

கியூபப் புரட்சித் தலைவர் ஃபிடல் காஸ்ட்ரோ ஒருமுறை மக்களிடம் உரையாற்றும்போது, உற்பத்தி சாதனங்கள் அரசிடம் இருக்க வேண்டுமா என்று கேட்க, மக்கள் ஆமாம் என்றனர். விவசாய நிலங்கள், வங்கிகள் போன்றவை மக்களிடம் இருக்க வேண்டுமா என்று கேட்க ஆம் என்று ஆமோதித்தனர். ஆனால் சோஷலிசம் வேண்டுமா என்று கேட்டபோது வேண்டாம் என்றனர்.

இப்படித்தான் பெரும்பாலானோர் சோஷலிசம் என்றால் என்ன வென்று தெரியாமல், வரலாற்றில் இதுவரை நடைபெற்ற போராட்டங்களை அறிந்துகொள்ளாமல், மலை போல் குவிந்திருக்கும் புத்தகங்களிலிருந்து ஒன்றையும் படிக்காமல் அதைத் தீவிரமாக வெறுக்கின்றனர்.

தோழமை என்பது வெற்று வார்த்தையல்ல. அது ஓர் உணர்வு. இன்பத்திலும் துன்பத்திலும் தோள் கொடுப்பவன் தோழன். அந்தப் பொருளில்தான் கம்யூனிஸ்டுகள் தோழர்கள் என்று அழைக்கப் படுகின்றனர். வேறு அடையாளங்களைவிட தோழர் என்னும் அடையாளம்தான் அவர்களுக்கு முக்கியமானதாக இருக்கிறது. உலகில் வேறு எந்தப் பதவியும் கொடுக்காத பெருமிதத்தைத் தோழர் என்னும் பதம் அவர்களுக்குக் கொடுக்கிறது.

நமது நாட்டின் முதல் தலைமுறை கம்யூனிஸ்ட் தலைவர்கள் பெரும்பாலும் காங்கிரசிலிருந்து வெளியேறியவர்கள். விடுதலைப் போரில் வீரத்துடன் போராடியவர்கள். பதினான்கு வயதிலேயே மூவர்ணக் கொடியை ஏற்று, துப்பாக்கிக் குண்டுகளுக்கிடையே ஆட்சியர் அலுவலகத்தில் ஏறிய சுர்ஜீத் பற்றி எத்தனை பேருக்குத் தெரியும்?

எம்.என்.ராய், முசாஃபர் அகமது, இ.எம்.எஸ். நம்பூதிரிபாட், ஜோதிபாசு, நல்லகண்ணு என்று ஒவ்வொருவருக்கும் விடுதலைப் போரில் பெரும்பங்கு உண்டு. அதற்காகக் கொடுக்கப்பட்ட செப்புப் பட்டயத்தையும் ஓய்வூதியத்தையும் இவர்கள் மறுத்துவிட்டார்கள்.

ஜனாதிபதி தேர்தலில் ஏ.பி.ஜே. அப்துல் கலாமை எதிர்த்து விடுதலைப் போராட்ட வீரரும், நேதாஜி சுபாஷ் சந்திர போசின் ஜான்சி ராணி ரெஜிமெண்டின் தலைவருமான கேப்டன் லட்சுமி செகால் போட்டியிட்டார். அவரை இடதுசாரிக் கட்சிகளைத் தவிர அனைவரும் சேர்ந்து தோற்கடித்துவிட்டனர். கலாமுக்குப் பிறகு பிரதீபா பாட்டீல் போட்டியிட்டபோது, அவர் ஒரு பெண் என்று கூறிக்கொண்டு அனைவரும் ஆதரித்துத் தேர்வு செய்தனர். இருவரும் பெண்கள். பிரதிபா ஏற்கப்பட்டதற்கும் லட்சுமி செகால் தோற்கடிக்கப்பட்டதற்குமான காரணம் ஒன்றுதான். ஒருவர் கம்யூனிஸ்ட் அல்ல, இன்னொருவர் தோழர்.

பம்பாயில் பழங்குடி மக்களுக்காகப் போராடிய விடுதலைப் போராட்ட வீரர்களான ஷாம்ராவ் பருலேகர், கோதாவரி

பருலேகரை எத்தனை பேருக்குத் தெரியும்? 1946இல் கப்பல்படைப் புரட்சியின் போது துப்பாக்கிக் குண்டுகளை எதிர்கொண்ட அகல்யா ரங்னேகரை எவ்வளவு பேர் இன்று நினைவுகூர்கிறார்கள்?

தமிழகத்தில் ஒருநாள் கதர் துணி அதிகமாக விற்றதென்றால் இன்று பி.எஸ்.ஆர். மறியலா என்று கேட்பார்களாம். அந்தத் தன்னிகரற்ற தலைவரைப் பற்றி யாருக்குத் தெரியும் இன்று? இன்னும் சொல்லப் போனால், துப்பாக்கிக் குண்டுகளை நெஞ்சில் தாங்கி மரணித்த வட்டாக்குடி இரணியனும், சாம்பவான் ஓடை சிவராமனும்கூட ஒரு வகையில் கம்யூனிஸ்டுகளே.

இவர்கள் ஏன் ஒரு சாராரால் நிராகரிக்கப்படுகிறார்கள் என்பதையும் ஏன் இன்னொரு சாராரால் கொண்டாடப்படுகிறார்கள் என்பதையும் இத்தொடரை வாசிக்கும் ஒருவர் புரிந்துகொள்ளமுடியும்.

இது தோழர்களின் கதை. தமிழகத்தின் கதை. இந்தியாவின் கதை. உலகம் முழுவதிலுமுள்ள உழைக்கும் மக்களின் வரலாற்றில் ஒரு பகுதியாகத் திரண்டு நிற்கும் கதையும்கூட.

ம. சிங்காரவேலர்

முதல் கம்யூனிஸ்ட்

ஒவ்வொரு ஆண்டும் கடைப்பிடிக்கப்படுவதுதான் என்றாலும் கடந்த 1 மே 2022 அன்று தமிழகத்தில் அனுசரிக்கப்பட்ட மே தினத்துக்கு முன்னெப்போதும் இல்லாத ஒரு தனிச் சிறப்புண்டு. இந்தியாவிலேயே சென்னையில்தான் முதல் முறையாக மே தினம் அனுசரிக்கப்பட்டது. அந்நிகழ்வின் நூற்றாண்டு விழாவைத்தான் தமிழகம் கொண்டாடி முடித்திருக்கிறது. 1923ஆம் ஆண்டு சென்னையில் கொடியேற்றி, சிறப்புரையாற்றி முதல் மே தின நிகழ்வை முன்னின்று நடத்தியவர் ம. சிங்காரவேலர்.

சிங்காரவேலர் சென்னையைச் சேர்ந்த விடுதலைப் போராட்ட வீரர். அவர் ஒரு 'சுதந்திரப் பித்தர்' என்கிறார் ராஜகோபாலாச்சாரி. சென்னையில் 1860ஆம் ஆண்டு, பிப்ரவரி 18 அன்று ஓரளவு செல்வாக்குள்ள ஒரு மீனவர் கும்பத்தில் பிறந்தார் சிங்காரவேலர். வெங்கடாசல செட்டியார், வள்ளியம்மையார் ஆகியோரின் மூன்றாவது மகன். பெற்றோர் சைவ சமயத்தில் ஈடுபாடு

கொண்டவர்கள் என்பதால் அப்பெயரைக் குழந்தைக்குச் சூட்டினர். சிங்காரவேலரின் குடும்பத்தினர் பல்லாண்டுகளாக பர்மாவிலிருந்து அரிசியையும், தேக்கு மரத்தையும் கடல் வழியாகக் கொண்டு வந்து இங்கு வாணிபம் செய்து பெரும்பொருள் ஈட்டியிருந்தனர்.

முதலில் திண்ணைப் பள்ளிக்கூடத்திலும், பின்னர் இந்து உயர்நிலைப் பள்ளியிலும் படித்து, மாநிலக் கல்லூரியில் பி.ஏ. பட்டத்தையும், சட்டக் கல்லூரியில் பி.எல். பட்டத்தையும் பெற்றார் சிங்காரவேலர். சென்னை உயர்நீதிமன்றத்தில் வழக்கறிஞராகப் பதிவு செய்து கொண்டார். புகழ்பெற்ற வழக்கறிஞர்களிடம் பலரிடமிருந்து பாராட்டுகள் பெற்றார். நியாயமான வழக்குகளை மட்டுமே எடுத்துக்கொண்டு வாதாடுவார். சில சமயம் நீதிமன்றத்துக்குப் போகும் முன்பே இரு தரப்பினரோடும் பேசி, சமாதானம் செய்து வைத்துவிடுவார்.

இக்காலத்தில் ஆங்கிலேயரைப் போல் உடை அணிவதிலும் ஆடம்பரமாக வாழ்வதிலும் விருப்பம் கொண்டவராக இருந்தார். சைவப் பின்னணி கொண்ட வீடு என்றாலும் சிங்காரவேலருக்கு பௌத்தத்தில்தான் ஈடுபாடு இருந்தது.

வீட்டிலேயே மகாபோதி சங்கம் என்றொரு சங்கத்தை உருவாக்கினார். அங்கு ஒவ்வொரு வாரமும் திங்கள்கிழமை பௌத்தக் கொள்கைகள் விளக்கப்பட்டன. மூடநம்பிக்கைக்கும் சாதி வேற்றுமைக்கும் எதிராகவும் கூட்டங்கள் நடத்தப்பட்டன.

சிங்காரவேலரின் கூட்டங்களில் அயோத்திதாசர், லட்சுமி நரசு நாயுடு போன்ற பலர் பங்கேற்றுள்ளனர். திரு.வி. கல்யாணசுந்தரம் ஓரிரு முறை அக்கூட்டங்களில் கலந்துகொண்டு தன் சக மாணவர்களோடு சேர்ந்து குழப்பம் விளைவித்திருக்கிறார். ஒருமுறை டார்வின் கொள்கையை சிங்காரவேலர் விளக்கியதைக் கேட்டது முதல் மனமாற்றம் அடைந்து ஒரு மாணவராக மாறிவிட்டார் திருவிக.

சிங்காரவேலர் விரிவாக வாசிக்கும் வழக்கம் கொண்டவர். ஒரு பக்கம் மார்க்சிய நூல்கள் பயின்றதோடு மற்றொரு பக்கம் இந்திய அரசியலையும் உலக அரசியலையும் கூர்ந்து கவனித்து வந்தார். அவர் வீட்டில் 20,000 நூல்கள் கொண்ட சிறந்த நூலகம் இருந்துள்ளது. அதனை பெரும் தலைவர்கள் பயன்படுத்தி உள்ளனர். சிங்காரவேலரைச் செதுக்கியதில் நூல்களின் பங்கு

குறிப்பிடத்தக்கது. எடுத்துக்காட்டுக்கு, ஜார் ஆட்சியில் ரஷ்ய மக்கள் அனுபவிக்கும் துயரங்கள் அவருக்குள் ஆழமான தாக்கத்தை ஏற்படுத்தியது. அவர் வாழ்விலும் சிந்தனைகளிலும் நிரந்தரமான ஒரு மாற்றத்தையும் உண்டாக்கியது. அதன் தொடர்ச்சியாகவே இந்திய விடுதலைப் போராட்டத்தில் அவர் கலந்துகொண்டார்.

1917ஆம் ஆண்டு நடைபெற்ற ரஷ்யப் புரட்சி உலகம் முழுவதிலும் அதிர்வலைகளை ஏற்படுத்தியது. உலகம் முழுவதிலுமுள்ள உழைக்கும் மக்களுக்கும் அவர்களுக்காகப் போராடிக் கொண்டிருந்தவர்களுக்கும் மிகப் பெரும் உந்துதலையும் அளித்தது. சிங்காரவேலரை ஒரு கம்யூனிஸ்டாக மாற்றியது ரஷ்யப் புரட்சிதான்.

முதல் உலகப் போரில் பொருளாதாரம் கடுமையாகப் பாதிக்கப் பட்டிருந்தது. சென்னை உட்பட அனைத்து இடங்களிலும் பரவலாகக் கிளர்ச்சிகள் வெடித்தன. விலையேற்றத்தைத் தாங்க முடியாத மக்கள் மூர் மார்க்கெட் உள்ளிட்ட பல இடங்களில் புகுந்து, சூறையாடினர். சரியான வழிகாட்டுதல் இல்லாமல் கிளர்ச்சிகளில் ஈடுபட்டு வந்த தொழிலாளர்களை அமைதிப் படுத்தவும் அவர்களைச் சரியான திசை நோக்கித் திரட்டவும் 24 ஜூலை 1918 அன்று இந்தியாவின் முதல் தொழிற்சங்கமான ‘சென்னை தொழிலாளர் சங்கம்’ தோற்றுவிக்கப்பட்டது. சிங்காரவேலர் கள அரசியலுக்குள் நுழைந்தது இந்தப் பின்னணியில்தான்.

1919 ஜாலியன் வாலாபாக் படுகொலையை எதிர்த்தும் ஒத்துழையாமை இயக்கத்தை ஆதரித்தும் சென்னையில் மக்களைத் திரட்டி மாபெரும் ஆர்ப்பாட்டங்களையும், ஊர்வலங்களையும் நடத்தினார் சிங்காரவேலர். காங்கிரஸ் கட்சி அவரைத் தொண்டர் படைத் தளபதியாக நியமித்தது. காங்கிரசில் இருந்தாலும், விடுதலை என்பது எளிய மக்களுக்கானதாக இருக்க வேண்டுமென்று காந்தியை வலியுறுத்தி சிங்காரவேலர் எழுதி வந்த கட்டுரைகளை இந்து பத்திரிகை வெளியிட்டது. பின்னர் அந்தக் கட்டுரைகள் ‘சுயராஜ்யம் யாருக்கு?’ என்ற தலைப்பில் புத்தகமாகவும் வெளிவந்தது.

அரசியல் சிங்காரவேலரை உள்ளிழுத்துக்கொண்டது. தனது வக்கீல் தொழிலைக் கைவிட்டார். காங்கிரசுக்கு ஆதரவாகத் தொழிலாளர்களைத் திரட்டினார். தொழிலாளர்களுக்கு ஆதரவாக காங்கிரஸைத் திரட்டுவதற்கான முயற்சிகளைத் தொடங்கினார்.

சிங்கார வேலரின் மேடைப் பேச்சிகளிலும் கட்டுரைகளிலும் தீவீர இடதுசாரிப் பார்வை வெளிப்பட்டது.

பெரம்பூரில் இன்று அடுக்குமாடிக் குடியிருப்பாக மாறியிருக்கும் பி அண்ட் சி ஆலை (பங்கிங்காம் - கர்னாடிக் மில்) சுமார் நூறாண்டு வரலாறு கொண்டது. சென்னையின் மிக முக்கியமான தொழிலாளர் மையம் அது. இருந்தும் பிற ஆலைகளில் தரப்படுவதைக் காட்டிலும் குறைவான தினக் கூலியை பின்னி ஆலை தம் ஊழியர்களுக்கு வழங்கி வந்தது. கூலியை உயர்த்தக் கோரி தொழிலாளர்கள் பலமுறை பேச்சுவார்த்தைகள் நடத்தியும் பலனில்லாத நிலையில் 1920ஆம் ஆண்டு வேலைநிறுத்தப் போராட்டத்தைத் தொடர்ந்தனர். அதிகாரத்தின் துணை கொண்டு இந்தப் போராட்டத்தை எதிர்கொண்டது ஆலை நிர்வாகம்.

காவலர்கள் உள்ளே நுழைந்து துப்பாக்கிச் சூடு நடத்தினர். அதில் பாபுராவ், முருகன் ஆகிய இரு இளைஞர்கள் கொல்லப்பட்டனர். பலர் காயமடைந்தனர். தமிழகத்தில் பலியான முதல் தொழிலாளர் தியாகிகள் என்று திரு.வி.க அவர்களைக் குறிப்பிடுகிறார். அப்போது நடைபெற்ற இறுதி ஊர்வலத்தில் கலந்துகொண்ட சிங்காரவேலர், தியாகிகளின் பாடையைச் சுமந்து செல்ல முன்வந்தார்.

1921இல் பின்னி ஆலை மூடப்பட்டது. கதவடைப்பு செய்த ஆங்கிலேய முதலாளிகளை எதிர்த்துக் களம் கண்டனர் தொழிலாளர்கள். தொழிலாளர் போராட்டத்தின அவசியத்தை சிங்காரவேலரும் திரு.வி.க.வும் காங்கிரசுக்கு வலியுறுத்தினர். அதைத் தொடர்ந்து காங்கிரஸ் 10,000 ரூபாய் நிதி வழங்க முடிவு செய்தது.

தொழிலாளர் போராட்டத்தை மீண்டும் அடக்குமுறை கொண்டு நசுக்கப் பார்த்தது நிர்வாகம். இந்த முறையும் காவலர்கள் வரவழைக்கப்பட்டனர். துப்பாக்கிச் சூடு நடத்தப்பட்டது. ஏழு தொழிலாளர்கள் இறந்தனர். அந்த இறுதி ஊர்வலக் காட்சியை விவரித்து சிங்காரவேலர் எழுதிய கட்டுரையை வரலாற்றுச் சிறப்புமிக்கது என்று அழைத்தார் திரு.வி.க.

தொழிலாளர்களின் போராட்டங்கள் குறித்து சிங்காரவேலர் கடிதங்களும் கட்டுரைகளும் எழுதத் தொடங்கினார். போராட்டங்களை மார்க்சிய வழியில் அணுக, ஆராய்ந்து விளக்கங்களும் கொடுத்தார். இந்து, சுதேசமித்திரன், ஸ்வதர்மா போன்ற ஏடுகளில் அவர் எழுத்துகள் வெளிவந்தன.

காங்கிரஸ் தொழிலாளர்கள் பக்கம் உறுதியாக நிற்கவேண்டும் என்றும் அவர்கள் குரலை வலுப்படுத்தவேண்டுமென்றும் சிங்காரவேலர் தொடர்ந்து போராடி வந்தார். 'அகில இந்தியத் தொழிற்சங்க காங்கிரஸ்' என்ற பெயரில் எனவே தொழிலாளர் களை ஸ்தாபன ரீதியில் திரட்ட காங்கிரசுக்கு உதவி செய்ய ஆறு உறுப்பினர்களைக் கொண்ட கமிட்டி அமைக்கப்பட்டது. 1922இல் கூடிய கயா காங்கிரஸில் இது நடந்தது. அதில் சிங்காரவேலர் ஓர் உறுப்பினராகச் சேர்க்கப்பட்டார்.

இதே கயா காங்கிரஸில்தான் சிங்காரவேலர் தன்னை வெளிப்படை யாக கம்யூனிஸ்டாக அறிவித்துக்கொண்டார். உலகக் கம்யூனிஸ்டு களின் சார்பில் அந்த காங்கிரசில் கலந்து கொண்டுள்ளதாகவும் கூறினார். 'தலைவர் அவர்களே! இந்தக் கூட்டத்தில் கூடிய தோழர்களே! சக ஊழியர்களே, தொழிலாளர்-விவசாயிகளே' என்று தன் உரையைத் தொடங்கினார் சிங்காரவேலர்.

அந்த மாநாட்டில் பூரண விடுதலைக்கான தீர்மானத்தையும் முன்வைத்தார் சிங்காரவேலர். கம்யூனிஸ்ட் அகிலத்தில் இருந்த வரும், லெனினுடன் நேரடியாகத் தொடர்பு கொண்டவருமான எம்.என்.ராயுடன் சிங்காரவேலருக்கு நட்பு இருந்தது. முதன் முறையாக எஸ்.ஏ.டாங்கேயும் சிங்காரவேலரும் சந்தித்துக் கொண்டதும் அங்கேதான்.

1 மே 1923 அன்று முதன்முறையாக சென்னையில் மெரீனா கடற்கரையில் மே தினத்தைக் கொண்டாடினார் சிங்காரவேலர். தனிக் கட்சி தொடங்குவதையும் அங்கே அவர் பிரகடனம் செய்தார். தொழிலாளி-விவசாயி கட்சி (லேபர் அண்ட் கிஸான் பார்ட்டி) என்பது அதன் பெயர்.

அக்டோபர் 1923இல் 'லேபர் கிசான் கெசட்' என்ற மாதமிருமுறை ஆங்கில ஏட்டையும், வார ஏடாக தொழிலாளன் என்ற தமிழ் ஏட்டையும் வெளியிடுவதாக அறிவித்தார். தமிழகத்தில் கம்யூனிஸ்ட் கட்சி அமைவதற்கு சிங்காரவேலர் ஆற்றிய பங்கின் தொடக்கமாக இந்நிகழ்வைக் குறிப்பிடலாம்.

கம்யூனிஸ்டுகள் இந்தியாவிலும் செயல்படத் தொடங்கி விட்டதைக் கண்ட ஆங்கிலேய அரசு அதை முளையிலேயே கிள்ளி எறியும் முயற்சியில் பல சதி வழக்குகளைத் தொடுத்தது. அதில் ஒன்று கான்பூர் போல்ஷெவிக் சதி வழக்கு. சிங்காரவேலர் மீதும் கான்பூர் சதி வழக்கு பாய்ந்தது. அந்நேரம் அவர் கடுமையாக நோய்

வாய்ப்பட்டுப் படுக்கையில் இருந்ததால் அவரைக் கைது செய்ய முடியவில்லை.

இந்தக் காலகட்டத்தில் காஞ்சிபுரத்தில் நடைபெற்ற காங்கிரஸ் மாநாடு தமிழகத்தில் ஒரு பெரும் திருப்புமுனையை ஏற்படுத்தியது. அந்த மாநாட்டில்தான் பெரியார் ஈ.வெ.ரா, எஸ்.ராமநாதன், சுரேந்திரநாத் ஆர்யா, வி. சக்கரைச்செட்டியார் ஆகியோர் காங்கிரஸிலிருந்து வெளியேறினர். பிராமணரல்லாதோர், தீண்டாதோர் ஆகியோருக்குச் சரியான பிரதிநிதித்துவம் வேண்டுமென்றும், தமது பிரதிநிதிகளைத் தாமே தேர்ந்தெடுத்துக் கொள்ளும் உரிமை வேண்டுமென்றும் அவர்கள் விடுத்த கோரிக்கை நிராகரிக்கப்பட்டதைத் தொடர்ந்து எடுக்கப்பட்ட முடிவு இது.

அதன்பின்னர் அவர்கள் தொடங்கிய 'தென்னிந்திய நலவுரிமைச் சங்கம்' அவர்கள் நடத்தி வந்த பத்திரிகையின் பெயரால் 'ஜஸ்டிஸ் கட்சி' என்று அறியப்படலாயிற்று. ஆனால் அவர்களில் சிலர் தேசிய இயக்கத்துக்கு எதிராக இருந்தனர். அதை எதிர்த்து பெரியார் உள்ளிட்ட தேசிய உணர்வுள்ள பிராமணரல்லாதோர் பின்னர் 'சென்னை மாகாண சங்கம்' என்ற சங்கத்தை அமைத்தனர். இது பின்னர் செயலிழந்தது.

1926இல் உருவான சுயமரியாதை இயக்கத்தின் இதழான குடியரசில் சிங்காரவேலர் தொடர்ந்து பல கட்டுரைகள் எழுதலானார். அந்தக் கட்டுரைகள் சுயமரியாதை இயக்கத்தினரிடம் கம்யூனிசக் கருத்துகள் பரவ உதவின.

●

தொழிலாளி வர்க்கப் போராட்டம் என்றால் தமது பொருளாதார முன்னேற்றத்துக்காக மட்டும் போராடுவதல்ல; மாறாக சுயராஜ்ஜியப் போராட்டத்தில் தொழிலாளர்கள் பங்கு வகிக்க வேண்டுமென்பது சிங்காரவேலரின் கருத்து.

மார்க்சிய அடிப்படையில் தொழிலாளர் போராட்டங்களை ஆராய்ந்து விளக்குவதில் கைதேர்ந்தவராக அவர் இருந்தார். வாழ்நாள் முழுவதும் தொழிலாளர் போராட்டங்களில் தன்னை ஈடுபடுத்திக்கொண்டு முன்னின்றார். 'ஊழியரின் உணர்ச்சிகள் மிக விரைவில் தீப்பிடித்து விடும். எங்களது உணர்ச்சிகளோடு விளையாடாதீர்கள்' என்பது அவர் மண்ணெண்ணெய் தொழிலாளர் வேலைநிறுத்தத்தின் போது அரசுக்கும் முதலாளிகளுக்கும் விடுத்த செய்தி.

1927-28இல் டிராம்வே தொழிலாளர், ரயில்வே தொழிலாளர்களின் மிகப்பெரும் வேலை நிறுத்தம் நாடெங்கும் நடந்தது. வேலை நிறுத்தக் குழுவில் இருந்த சிங்காரவேலர் சூறாவளிச் சுற்றுப் பிரயாணம் செய்து முனைப்போடு தொழிலாளர்களைத் திரட்டினார். அதன் காரணமாக கைது செய்யப்பட்டு சிறையில் அடைக்கப்பட்டார்.

வேலைநிறுத்தம் கடும் அடக்குமுறையால் தோல்வியடைந் தாலும், அது ஒரு வீரம்செறிந்த காவியமாகவே இன்றும் நினைவு கூரப்படுகிறது. 1930இல் விடுதலையடைந்த போது சிங்கார வேலருக்கு 70 வயதாகிவிட்டது. முன்புபோல் தொழிற்சங்கப் பணியில் தம்மை முழுமையாக ஈடுபடுத்திக்கொள்ள முடியா விட்டாலும் தொடர்ந்து ஆர்வத்துடன் இருந்தார்.

1933ஆம் ஆண்டு மே தின விழாக் கூட்டங்களுக்குச் சற்றுமுன் அவரது வீடு சோதனைக்குட்படுத்தப்பட்டது. சிங்காரவேலர் அஞ்சிவிடுவார் என்று அரசு நினைத்திருந்தது போலும். அவரோ கம்யூனிஸ்டுகளைக் கண்டு அரசு அஞ்சுகிறது, எனவேதான் என்னை மிரட்டிப் பார்க்கிறது என்று தனது உரையில் திருப்பியடித்தார்.

1933வரை சிங்காரவேலர் மேற்கொண்டு வந்த தொழிற்சங்கப் பணிகளை 1935க்குப் பிறகு வளர்ந்து வந்த உறுதிமிக்க கம்யூனிஸ்டுகளான ஏ.எஸ்.கே., ப.ஜீவானந்தம், பி.ஸ்ரீநிவாசராவ், பி.ராமமூர்த்தி, கே.முருகேசன் போன்றோர் தம் தோள்களில் ஏற்றனர்.

சில சமயம் தொழிற்சங்கக் கூட்டங்களில் கலந்துகொண்டு சிங்காரலேவர் உரையாற்றினார். கடைசியாக 1945 ஜூன் மாதம் நடந்த சென்னை அச்சுத் தொழிலாளர் மாநாட்டில் அவர் உரையாற்றினார். அப்பொழுது அவர் வயது 84. தொழிலாளர்களுள் ஒருவராகக் கடைசிவரை இருப்பதைக் காட்டிலும் வேறு எதையும் அவர் விரும்பியதாகத் தெரியவில்லை.

●

சிங்காரவேலர் ஏழை மக்களின் அன்றாட வாழ்வில் மிகுந்த கவனம் செலுத்தி வந்தார். அவர்களது பிரச்சினைகளைத் தீர்ப்பதற்காக நகரசபை நடவடிக்கைகளிலும் கவனம் செலுத்தலானார். 1913-16 ஆண்டுகளில் மகாஜனசபை உறுப்பினராக இருந்துள்ளார். அதன் பொதுச் சுகாதாரக் குழுவின் செயலாளராகவும் செயல்பட்டார். 1918இல் இன்ஃபுளுயன்சா கொள்ளை நோய் பரவியபோது

தீவிரமாக நிவாரண நடவடிக்கைகள் மேற்கொண்டார். அவர் வசித்த திருவல்லிக்கேணியில் பார்த்தசாரதி குப்பத்தில் பிளேக் நோய் ஏற்பட்டபோதும் பல நடவடிக்கைகள் மேற்கொண்டார்.

காலரா தொற்று உருவாகியுள்ளதோ என்ற ஐயம் ஏற்பட்டபோது உடனடியாக சுகாதார அதிகாரிகளை அனுப்பிச் சோதனை செய்ய வேண்டும், மருத்துவ நிவாரணக்குழு அமைக்க வேண்டும், கஞ்சி வழங்கப்பட வேண்டுமென்று பேசி ஏற்பாடு செய்தவர் சிங்காரவேலர்தான்.

ஒரு கம்யூனிஸ்டாக, அவர் ட்ராம் போக்குவரத்தை நகரசபையே மேற்கொள்ள வேண்டுமென்றார். சுகாதார நடவடிக்கைகளில் அது கவனம் செலுத்த வேண்டுமென்று வலியுறுத்தினார். அது குறித்துப் பல கட்டுரைகளையும் எழுதினார்.

1925இல் சுயராஜ்யக் கட்சி சார்பில் யானை கவுனியிலிருந்து நகராண்மைக் கழக உறுப்பினராகத் தேர்ந்தெடுக்கப்பட்டார். அங்கும் அவர் தேசியக் கொள்கைகளுக்காகப் போராடினார். நகராண்மைக் கழகத்தின் முன்னால் வைக்கப்பட்டிருந்த பீரங்கிகள் போர்ச் சின்னங்களாதலால் அவற்றை அகற்ற வேண்டுமென்று வாதிட்டார்.

முதல் இந்தியச் சுதந்தரப் போரின்போது இந்திய மக்கள்மீது பெரும் கொடூரங்களை ஏவிவிட்ட காப்டன் நீலின் சிலையை அகற்ற வேண்டுமென்று மீண்டும் மீண்டும் வாதிட்டார். அதற்காக அவர் கொண்டு வந்த தீர்மானத்தைத் தமக்கு அதிகாரமில்லை என்று கூறி நிராகரித்தார் நகரவைத் தலைவர். அச்சிலையை அகற்றும் போராட்டத்தில் அங்கிச்சி உள்ளிட்ட பெண்கள் கைதானபோது அவர்களுக்காகத் தாமே வாதாடினார் சிங்காரவேலர்.

3 நவம்பர் 1925 அன்று நிரந்தரக் கல்விக் குழுவில் சிங்காரவேலர் நியமிக்கப்பட்டார். அப்போது ஏழைக் குழந்தைகளுக்குச் சத்துணவு வழங்குதல், சுகாதார மேலாண்மை, 1921இல் நிறுத்தப்பட்ட பள்ளிக் குழந்தைகளுக்கான மதிய உணவுத் திட்டத்தைத் தொடர்வது உள்ளிட்ட பல்வேறு பிரச்சினைகளை எழுப்பிப் பேசினார். அந்தக் காலத்தில் மாநகராட்சிப் பள்ளிகளின் எண்ணிக்கை 74இல் இருந்து 94 ஆக உயர்ந்தது. மாநகராட்சிப் பள்ளிகளில் காந்தி மகானின் படத்தை வைக்க வேண்டுமென்று குறிப்புக் கொடுத்ததுடன், அதற்கான நிதியையும் மாநகராட்சியே ஏற்க வேண்டுமென்றார்.

மாநகராட்சி ஆசிரியர் சங்கம் மாணவர்களுக்குப் பிரம்படி தண்டனை கொடுக்கலாம் என்று தீர்மானம் நிறைவேற்றியிருந்தது. அதை வலுவாகக் கண்டித்தார் சிங்காரவேலர்.

மேலும் பல குழுக்களில் தேர்ந்தெடுக்கப்பட்டு, சிறந்த முறையில் சேவையாற்றினார் சிங்காரவேலர். சென்னை மேம்பாட்டிற்கும், மக்களின் மேம்பாட்டுக்கும் அவர் ஆற்றிய சேவைகள் மறக்க முடியாதவை.

●

இந்தியக் கம்யூனிஸ்டுகள் தங்கள் முதல் கிளையை வெளிநாட்டில் தான் தொடங்கினர். எனினும் முதல் மாநாட்டை சத்யபக்தா என்பவர் கான்பூரில் டிசம்பர் 1925இல் கூட்டினார்.

இந்த மாநாட்டுக்குத் தலைமை தாங்க சக்லத்வாலா அழைக்கப் பட்டிருந்தார். எனினும் அவர் இந்தியாவுக்கு வருவதற்கு அனுமதி மறுக்கப்பட்டதால், இந்த மாநாட்டின் தலைவராக சிங்காரவேலர் பொறுப்பேற்றதோடு, நீண்ட தலைமையுரையும் ஆற்றினார். இந்த மாநாட்டில்தான் முதல் பொதுச்செயலாளராக எஸ்.வி.காட்டே தேர்ந்தெடுக்கப்பட்டார். தென்னிந்தியாவில் கட்சியை அமைக்கும் பொறுப்பை சிங்காரவேலர் ஏற்றார்.

இந்த மாநாட்டைக் கூட்டிய சத்யபக்தா கட்சியின் பெயரை ஒட்டிய முரண்பாட்டில் பின்னர் வெளியேறிவிட்டார். 'கம்யூனிஸ்ட் பார்ட்டி ஆஃப் இந்தியா' என்று அழைப்பதா அல்லது 'இந்தியன் கம்யூனிஸ்ட் பார்ட்டி' என்றா என்பதுதான் சர்ச்சை. விவாதங்களின் இறுதியில் 'கம்யூனிஸ்ட் பார்ட்டி ஆஃப் இந்தியா' என்பதே சரியான பெயராக இருக்கும் என்று முடிவெடுக்கப்பட்டது.

சிங்காரவேலர் தனது தலைமை உரையில், இந்தியக் கம்யூனிசம் ரஷ்யாவின் போல்ஷ்விசம் அல்ல என்பதை விளக்கினார். போல்ஷ்விக் என்றால் பெரும்பான்மை. பெரும்பான்மையினர் தேர்ந்தெடுத்த பாதையே இப்பெயரால் அழைக்கப்படுகிறது. உலகக் கம்யூனிஸ்டுகளும் நாமும் ஒன்றுதான். ஆனால் நாமும் போல்ஷ்விக்குகளும் ஒன்றல்ல என்றார்.

மேலும் இந்திய விடுதலைக்காகப் போராடுமாறு தொழிலாளருக்கும் விவசாயிகளுக்கும் மக்களுக்கும் அவர் கோரிக்கை விடுத்தார். இந்தியக் கம்யூனிஸ்டுகளின் குறிக்கோளென்று கீழ்க்கண்டவற்றைப் பரிந்துரைத்தார்:

'எல்லோருக்கும் எளிய வாழ்க்கை, அன்றாட உணவு பற்றிய கவலையற்ற வாழ்வு, அகால மரணத்திலிருந்தும், உடல்நலக் கேட்டிலிருந்தும் விடுதலை பெற்ற வாழ்வு, அறியாமை நீங்கிய வாழ்வு ஆகியவைகளே. கம்யூனிசக் கொள்கைகளைப் படிப் படியாகக் கடைப்பிடிப்பதால், இந்தியாவில் மக்களுக்குச் சிறந்த வாழ்க்கையைக் கொண்டு வர முடியுமென கம்யூனிஸ்டுகளாகிய நாங்கள் நம்புகிறோம். இந்தியாவின் எதிர்காலம் நம் கையிலுள்ளது. மிக உயர்ந்த இந்தியாவைக் காண நாம் கனவு காண்கிறோம். ஆகையால் எளியோரை வலியோர் சுரண்டல், நம் வாழ்க்கையில் கடும் உழைப்பினால் ஏற்படும் சுவையின்மை, பட்டினி, நோய், சாவு ஆகியவற்றிலிருந்து விடுதலை பெற நம் எண்ணங்களை எத்தடையும் இன்றி வெளிப்படுத்த கலையுரு வாக்கும் மிக உயர்ந்த பொருள்கள், விஞ்ஞானம், கலாசாரம் ஆகியவைகளை அனுபவிக்கும் உரிமையுள்ள தொழிலாளர் தம் புரட்சி கீதத்தை இசைக்கும் சுதந்திர இந்தியா பற்றிய கனவை நிறைவேற்ற முயல்வோம்.'

●

சிங்காரவேலரோடு பழகியவர்கள் அவரை ஒரு மாமனிதர் என்றே நினைவுகூர்கின்றனர். ஏராளமான நூல்களை அவர் சேகரித்து வைத்திருந்ததை அவருடன் பழகிய கே. முருகேசன் நினைவுகூர்கிறார். அவ்வப்போது புத்தகக் கடைக்குச் செல்லும் வழக்கம் கொண்ட சிங்காரவேலர் அறிவியல், தத்துவம், சோஷலிசம் என்று புதிதாக வெளியான புத்தகங்களைக் கேட்டறிந்து வாங்கிப் படிப்பாராம். வெளிநாட்டிலிருந்து இறக்குமதியான அனைத்து முக்கியமான முற்போக்குப் புத்தகங் களையும் வாங்கிப் படிப்பார். தன்னுடைய நூலகத்திலிருந்து நூல்களை அவர் கடனாகக் கொடுப்பதில்லை. கொடுத்தால் திரும்பி வராது என்பதை அவர் அறிந்திருந்தார். பிற்காலத்தில் சுமார் 10,000 புத்தகங்களை இந்தியக் கம்யூனிஸ்ட் கட்சிக்கு அவர் வழங்கியதாக இந்து பத்திரிகை குறிப்பிட்டுள்ளது.

சிங்காரவேலர் நடுத்தர உயரமும் ஒல்லியான உடல் வாகும் கொண்டவர். ஆனால் வலிமைமிக்கவர். அடர்த்தியான புருவங்கள். கருத்தாழமிக்க முகம். தோழர்களைக் காணும்போது அவர் முகம் நன்றாக மலர்ந்து விரிந்துவிடும்.

செங்கொடி அவருக்கு உத்வேகமூட்டும் ஓர் அடையாளமாக இருந்தது. அச்சுத் தொழிலாளர்களோ டிராம்வே தொழிலாளர்

களோ செங்கொடி ஏந்தி அணிவகுத்துச் செல்வதைப் பார்ககும் ஒவ்வொரு முறையும் அவர் மகிழ்ச்சிக் கடலில் மூழ்கிவிடுவார்.

சிங்காரவேலு எந்த லட்சியத்துக்காக நின்று பாடுபட்டாரோ அதனைச் சிறுமைப்படுத்துவதற்காக ஒரு சிலர் மோசமான வழிகளைக் கையாண்டனர். ஆனால் பின்னர் அவரைப் புரிந்துகொண்டு ஆதரித்தனர். அதுதான் அவரது ஆளுமை.

மகாகவி பாரதியின் உற்ற தோழராக சிங்காரவேலர் இருந்தார். பாரதி இறக்கும் தருவாயில் சிங்காரவேலரும் உடனிருந்தார் என்பது புதிய செய்தி. தமிழ் இலக்கியத்திலும் அவருக்கு மிகுந்த ஈடுபாடு இருந்தது.

1946 பிப்ரவரியில் பம்பாயில் நடைபெற்ற கடற்படைப் புரட்சி இந்தியா கடந்து அதிர்வலைகளை ஏற்படுத்தியது. இந்தியச் சிப்பாய்களை வைத்து இனியும் இந்தியாவை ஆளமுடியாது என்ற உண்மையை முகத்தில் அடித்தாற்போல் உணர்த்தியது இந்நிகழ்வு. பிரிட்டிஷ் அரசு வேறு வழியின்றி ஆட்சி மாற்றத்துக்கான வழிமுறைகளை உருவாக்க அமைச்சர் குழு ஒன்றை மே மாதம் இந்தியாவுக்கு அனுப்பியது.

இந்தப் பின்னணியில் 11 பிப்ரவரி 1946 அன்று தோழர் சிங்காரவேலர் இந்த உலகிலிருந்து விடைபெற்றுக்கொண்டார். மறைவதற்குச் சில நாட்களுக்கு முன் அவர் ஆற்றிய இறுதி உரையில் பின்வருமாறு குறிப்பிட்டிருந்தார்.

‘எனது இறுதிக் காலத்தில் உங்களிடையில் நான் இருப்பதையும், இருந்து உங்களில் ஒருவனாக நிற்பதையும் தவிர வேறு எனக்கு என்ன வேண்டும்?’

•

அமீர் ஹைதர்கான்

மகிழ்ச்சி என்பது போராட்டமே!

இந்திய நாட்டின் சுதந்தரத்துக்காகவும், மக்கள் சரிசமமாக வாழ்ந்து சுதந்தரத்தை அனுபவிக்கவேண்டும் என்பதற்காகவும் ஏராளமானோர் தமது இனம், மதம், மொழி கடந்து போராடியிருக்கின்றனர். அவர்களுள் ஒருவர் தாதா அமீர் ஹைதர்கான்.

ஒரு நபர், முன்பின் அறியாத மண்ணில், தெரியாத மொழி பேசும் இடத்தில், ஒட்டுமொத்தமாக வேறு பண்பாடு நிலவும் இடத்தில் வந்து கம்யூனிஸ்ட் கட்சியை முறையாக நிறுவினார் என்று சொன்னால் நம்பமுடிகிறதா? ஆனால் அதுதான் உண்மை. அமீர் ஹைதர்கான் அவ்வாறு முறையான கம்யூனிஸ்ட் கட்சியைத் தோற்றுவித்த இடம் தென்னிந்தியா.

ஹைதர் பிறந்த இடம் இன்று பாகிஸ்தானில் இருக்கிறது. காஷ்மீரைக் கடந்து, இயற்கை வளம் சூழ்ந்த மலைப்பாங்கான ஓரிடம் மீர்பூர். ஜீலம் நதி அங்குதான் ஓடுகிறது. தனது இளம்

வயதிலேயே அதில் மூழ்கி விளையாடுவார் ஹைதர். மிதக்கும் கட்டைகளைப் பற்றிக் கொண்டு நீண்ட தூரம் சென்றுவிட்டுத் திரும்புவார். மலைமீது அமர்ந்து நீலவானத்தை, நதியைப் பார்த்துக் கனவில் மூழ்குவார்.

ஐந்து வயதில் தனது தந்தையை இழந்துவிட்டார். தாய்க்கு மறுமணம் செய்து வைக்கப்பட்டது. தந்தையின் பாசத்தை அனுபவித்த அதே ஹைதர் மாற்றாந்தந்தையின் கொடுமைக்கு ஆளானார். பலமுறை வீட்டிலிருந்து தப்ப முயன்று, தோற்றார். அவருக்குக் கல்வி பயில வேண்டுமென்ற ஆழமான எண்ணம் இருந்தது. மாற்றாந்தந்தை அவரை ஒரு பள்ளியில் சேர்த்தார். ஆனால் அங்கும் ஆசிரியரின் கொடுமைக்கு ஆளானார் ஹைதர்.

பள்ளியிலிருந்து வெளியேறியவரை ஒரு மசூதியில் சேர்த்துவிட்டு அங்கேயே கல்வி கற்றுமாறு ஏற்பாடு செய்யப்பட்டது. ஆனால் அதிலிருந்து வெளியேறியவர் ஒவ்வொரு மசூதியாக ஓடினார். மசூதிகளில் தங்கியிருக்கும்போது ஊர் மக்களிடம் இருந்துதான் தினமும் உணவு பெற்று உண்ணமுடியும். படிக்க வேண்டுமென்ற ஆவல் இருந்ததால் அவர் தயங்கவில்லை.

ஒருமுறை தனது மூத்த சகோதரர் வசித்து வந்த பெஷாவர் ராணுவ மையத்துக்குத் தனியாக போய் சேர்ந்துவிட்டார். அங்கிருந்து அழைத்துவ வந்து வீட்டில் விட்டுவிட்டார்கள். ஹைதருக்கு பேவலில் இருந்த அரசாங்கப் பள்ளியில் படிக்க வேண்டுமென்று ஆசை. அங்குமிங்கும் ஓடி கடைசியில் அந்தப் பள்ளிக்கே வந்து சேர்ந்தார். அங்கிருந்த பிராமண ஆசிரியர் முன்ஷி அவர் மீது பரிவு கொண்டு பள்ளியில் சேர்த்துக்கொண்டார். ஹைதர் ஒரு பாழடைந்த மசூதியில் இரவு படுத்துத் தூங்கிவிட்டுக் காலையில் பள்ளிக்கு வருவார். முன்ஷி அவரைத் தனது வீட்டுத் தாழ்வாரத்தில் தங்க வைத்துப் பார்த்துக் கொண்டார்.

வீட்டு வேலையையும் பள்ளி சுத்தம் செய்யும் வேலையையும் சேர்த்துப் பார்த்தார் ஹைதர். முன்ஷியின் மனைவி அவர்மீது மிகுந்த அன்பு செலுத்தினார். ஹைதருக்கு எப்போதும் கல்வி மட்டுமே குறி என்று சிரிப்பார் முன்ஷி. வகுப்பிலேயே முதலாவதாக இருந்தார் ஹைதர். ஒருமுறை முன்ஷி உடல்நலமின்றி இருந்தபோது அவர் மனைவி ஊரில் இல்லை. தண்ணீர், தண்ணீர் என்று அரற்றிய முன்ஷிக்குத் தண்ணீர் கொடுக்க ஹைதர் வீட்டுக்குள் நுழைந்து விட, கொதித்துப் போனார் பிராமணியத்தில் மூழ்கியிருந்த முன்ஷி. கடுமையாக ஹைதரைத்

திட்டிவிட, புண்பட்டுப் போன ஹைதர் அங்கிருந்தும் வெளியேறிவிட்டார்.

அங்கிருந்து திருட்டு ரயில் ஏறிய ஹைதர் நான்கு நாள் பயணத்தில் டிக்கெட் பரிசோதகர்களை ஏமாற்றிவிட்டு யாரோ அளித்த உணவை உண்டு, ஒரு வழியாக கல்கத்தா சென்றடைந்தார். அந்தப் பெரும் நகரத்திலும் எப்படியோ தனது அண்ணன் ஷேர் அலி இருந்த இடத்தைத் தேடிக் கண்டுபிடித்துவிட்டார். அன்புடன் அணைத்துக் கொண்ட அண்ணனிடம் தாம் திரும்பவும் கிராமத்துக்குப் போகமாட்டேன் என்று சொல்லிவிட்டார்.

ஷேர் அலியோ கஞ்சா, அபின், பெண்கள் என்று மோசமான வியாபாரத்தில் இருந்தார். ஹைதரால் ஒன்றும் செய்ய முடிய வில்லை. ஒருமுறை ஷேர் அலி மாட்டிக் கொண்டு மூன்று மாதம் சிறையில் கழிக்க வேண்டியிருந்தது. வெளியே வந்ததும் ஹைதரைக் கிராமத்துக்குக் கொண்டு போய்ச் சேர்த்து விட்டார். கல்கத்தாவில் தனது அண்ணனைப் பார்த்து அவர் கற்றுக்கொண்ட பாடம் இதுதான். மோசமான வியாபாரங்களில் நாடு, இனம் என்ற பேதமெல்லாம் கிடையாது.

கிராமத்தில் ஹைதரால் நீண்டகாலம் இருக்க முடியவில்லை. அவரது அக்கா நூரிடம் நெகிழ்ச்சியுடன் விடைபெற்றுக் கிளம்பி விட்டார். ராணுவத்தில் சேர முயன்றார். சிறுவன் என்பதால் முடியவில்லை. எனினும் கையில் கிடைத்த பைசாவை வைத்துக்கொண்டு அப்போது ஷேர் அலி இருந்த பம்பாய்க்குச் சென்றார். ஒரு கப்பலில் வேலை பார்த்துக் கொண்டிருந்த ஷேர் அலியால் செலவைத் தாங்க முடியவில்லை. எனவே மீண்டும் சிறுவனைக் கிராமத்துக்கு அனுப்ப முயல, தப்பிய ஹைதர் ஒரு கப்பலில் வண்ணம் சுரண்டும் வேலையில் சேர்ந்து கடுமையான சூழலில் கஷ்டப்பட்டார். எனினும் உடனிருந்த சிறுவனின் உதவியால் சமாளித்துக் கொண்டு வேலை செய்து வந்தார். நூற்றுக் கணக்கான சிறுவர்கள் கடும் சிரமத்துக்கு இடையில் எந்தப் பாதுகாப்புமின்றி கப்பலில் வேலை செய்து வந்தனர்.

ஒரு சாரங்கியின் உதவியுடன் வேறொரு கப்பலில் வேலைக்குச் சேர்ந்தார் ஹைதர். அது போர் முனையில் வேலை செய்த கப்பல். அங்கு நேரடியாக சிப்பாய்களுடன் பழக முடிந்தது. பிரிட்டிஷ் கப்பலின் முதலாளிக்குப் போரில் வெல்லும் நம்பிக்கை இல்லை. எனவே அக்கப்பல் ஓராண்டுக்கு முதல் உலகப்போரின் போது பஸ்ராவிலேயே நங்கூரமிட்டிருந்தது. பிறகு பம்பாய் திரும்பியது.

முதலில் வீடு செல்லலாம் என்று நினைத்தவர் பிறகு இன்னொரு கப்பல் பயணம் மேற்கொண்டார். பணம் சேர்ந்தது. கோட், சூட் அணிந்துகொண்டார்.

மீண்டும் கப்பல் பயணங்கள் தொடங்கின. சாரங்கி மிகவும் கொடுமைக்காரன். எனவே மாலுமிகள் அவனுக்குத் திட்டமிட்டு வேட்டு வைத்தனர். சரியாகக் கப்பல் கிளம்ப வேண்டிய நேரத்தில் அவனை வம்புக்கிழுத்து வேலைநிறுத்தம் செய்தனர். தலைமை யேற்றவர் 15 வயது ஹைதர். கொடுமைக்கார சாரங்கியை வெற்றிகரமாக அகற்றிவிட்டு இன்னொருவரை நியமித்தனர். பயணம் தொடர்ந்தது.

இன்னொரு கப்பலில் நடுக்கடலில் மாலுமிகளுக்குக் குடிதண்ணீர் மறுக்கப்பட மீண்டும் வேலைநிறுத்தம். மீண்டும் வெற்றி. ஹைதரின் தலைமைப் பண்பு மற்றவர்களுக்கு இவ்வாறு வெளிப்பட்டது. ஒருமுறை நியூ யார்க்கில் இருந்தபோது, கூலி மிகவும் குறைவு என்று கப்பலிலிருந்து வெளியேறினார். பின்னர் முதன்முறையாக அங்கு ஒரு தொழிற்சங்க உறுப்பினரானார் ஹைதர். அது 1918ஆம் ஆண்டு.

நியூயார்க்கிலிருந்து சென்ற இன்னொரு கப்பலில் பயணிக்கையில் உலகப்போர் முடிவுக்கு வந்தது. அனைவரும் மகிழ்ந்தனர். அப்போது அங்கிருந்த ஐரிஷ் அதிகாரியான ஜோசப் மில்கின், ‘எங்கள் போர் முடிந்துவிட்டது. ஆனால் உங்கள் போர் தொடர்கிறது. நீங்கள் சுதந்திரம் பெறும்வரை உங்கள் அடிமைத்தனம் தொடரும். ஆங்கிலம் கற்றுக்கொள். மற்றவர் களுடன் பழகு’ என்று ஹைதருக்கு அறிவுரை கூறினார்.

ஜோசப் அயர்லாந்து விடுதலைப் போரில் பங்கேற்றவர். பிரிட்டிஷாரின் பிரித்தாளும் சூழ்ச்சியே அவர்கள் நாடுகளை அடிமைப்படுத்துவதற்குக் காரணமென்று விளக்கினார். கூர்ந்துகேட்ட ஹைதர், தனது நாட்டின் சுதந்தரத்துக்குப் பாடுபடுவேன் என உறுதியேற்றார்.

நியூ யார்க்கில் ஜோசப் அவரை இந்தியர் உணவகத்துக்கு அழைத்துச் சென்று அனைவரிடமும் அறிமுகம் செய்தார். அங்கு சீக்கியர்களின் கதார் கட்சியினரைச் சந்தித்த ஹைதர் அவர்களுடன் நெருங்கிப் பழகி அக்கட்சியின் உறுப்பினரானார். இந்திய விடுதலையின் நண்பர்கள் என்ற பிரிட்டிஷ் எதிர்ப்பு தீவிரவாதக் குழுவைத் தொடங்கிய மேடம் ஸ்மெட்லியுடனும் தொடர்பு ஏற்பட்டது. பிறகு கதார் கட்சியில் பிரேம்சிங்கின்

வழிகாட்டலின்படி சீனா சென்ற கப்பல்களில் பயணித்த ஹைதர் அங்கெல்லாம் இருந்த இந்தியர்களுடன், குறிப்பாகச் சீக்கியர் களுடன் பழகி, தீவீரவாதப் பிரசுரங்களை விநியோகித்தார்.

ஷாங்காயில் இருந்த ஒரு பிரிட்டிஷ் ஏஜெண்ட் தந்திரமாகப் பேசி அவரைப் பற்றித் தெரிந்து கொண்டு விட்டான். உடனே ஷாங்காய் பிரிட்டிஷ் போலீஸ் எச்சரிக்கையடைந்து கப்பலுக்கு வந்து ஹைதரைக் கைது செய்து சிறையில் அடைத்துவிட்டது. ஆனால் உடனிருந்த மாலுமி சாதுரியமாக அவரிடம் இருந்த கைத்துப் பாக்கியையும், பிரசுரங்களையும் ஹைதரின் கண் அசைப்பில் புரிந்து கொண்டு கடலில் தூக்கியெறிந்து விட்டதால் எதுவும் சிக்கவில்லை.

அமெரிக்கக் கப்பலில் இருக்கும் ஹைதரை பிரிட்டிஷ் எப்படிக் கைது செய்ய முடியுமென்று அமெரிக்கத் தூதர் பிரிட்டிஷ் அரசிடம் எகிற, வேறு வழியின்றி ஹைதரை விடுவித்தது பிரிட்டன். கப்பல் சுற்றிச் சுற்றி லண்டனுக்கும் சென்றது. அங்கு இறங்கி அனைவருடனும் லண்டனையும் சுற்றிப் பார்த்துவிட்டு நியூ யார்க் திரும்பினார் ஹைதர். அங்கு குடல்வால் அழற்சியேற்பட்டு அறுவை சிகிச்சை செய்யப்பட்டதால் கப்பல் வேலையிலிருந்து வெளியேறினார். அப்போது மூன்றரை ஆண்டுகள் அமெரிக்காவில் கழித்திருந்த ஹைதர் தொழிற்சங்கத்தின் உதவியுடன் அமெரிக்கக் குடியுரிமை பெற்றுவிட்டார். அமெரிக்கக் குடிமகனாக மாறிவிட்ட ஹைதர் எப்படிக் கம்யூனிஸ்ட் ஆனார்?

•

அமெரிக்கக் குடியுரிமையை ஹைதர் பெற்ற நேரத்தில் அமெரிக்கா உலகப் போருக்குப் பிந்தைய சரிவைச் சந்தித்துக் கொண்டிருந்தது. வேலையில்லாத் திண்டாட்டம் கடுமையாக இருந்தது.

போரில் நாட்டுக்ககப் போரிட்டுக் கதாநாயகர்களாக நாடு திரும்பிய சிப்பாய்களை அமெரிக்கா அம்போவென்று விட்டுவிட்டது. அவர்கள் திரும்பிய பக்கமெல்லாம் வேலை தேடிக் கொண்டிருந்தனர். ஒண்ட இடமின்றி பூங்காக்களில் கடுங்குளிரில் படுத்துறங்கிக் கொண்டிருந்தனர். போருக்கு முன் அவர்கள் எதோ வேலையில் இருந்தவர்கள்தான். அதன் விளைவாகக் குற்றங்கள் அதிகரித்தன.

ஒருநாள் ஜேம்சையும் ஹட்சனையும் சந்தித்த ஹைதர் போராட்டத்தில் குதிப்பதென்று முடிவெடுத்தார். வேலையற்றுப்

போன போர்க் கதாநாயகர்களை ஏலம் விடுவதாக அறிவித்தார். மிரண்டு போனது அரசு. அரசின் மிரட்டலை மீறி ஏலத்தை நடத்தினார் ஹைதர். அதைத் தடுக்க அவர்கள் மீது தடியடியைக் கூட ஏவிக் கூட்டத்தைக் கலைத்தது அரசு. ஆனால் ஹைதர் சளைக்காமல் ஊர் ஊராக ஏலம் நடத்தினார். அரசு அவமானப்பட்டது. பிறகு வேறு வழியில்லாமல் அவர்கள் தங்க பூங்காக்களைத் திறந்து விட்டதுடன் இரண்டு வேளை உணவும் கொடுக்க ஆரம்பித்தது.

முன்பு கப்பலில் வேலை செய்த ஹைதர் அங்கு வேலை கிடைக்காததால் ரயில்வே பட்டறை ஒன்றில் வேலைக்குச் சேர்ந்தார். ஆனால் அங்கு வேலைநிறுத்தம் நடந்து கொண்டிருந்தது தெரிந்தது. ஹைதருக்கோ வேறு வழியில்லாமல் அங்கு செல்ல வேண்டிய நிலை இருந்தது. ஒரு ரவுடியிடம் சண்டையிட்டுத் தமது இடத்தை நிலை நாட்டிக்கொண்டார்.

அங்கு வேலைநிறுத்தம் நடப்பது குறித்து அவரும் பிராங்கும் விவாதித்தனர். தொழிலாளர்கள் குறித்து அவரது அறிவு விரிவடையத் தொடங்கியது. ரஷ்யாவின் பெரும் புரட்சி குறித்தும் அங்கு லெனின் தலைமையில் தொழிலாளர் ஆட்சி அமைந்துள்ளது குறித்தும் பிராங்க் அவரிடம் விளக்கினார். 'இது உண்மையானால் உலகத் தொழிலாளருக்கும் உழைப்பாளிகளுக்கும் இது ஓர் அற்புதமான செய்தி. இந்த உலகில் ஒரு புதிய உலகம் உருவாக்கப்பட்டுள்ளது' என்றார் ஹைதர்.

ஒருநாள் வேலையிழந்த ஒரு விமானி தானே ஒரு விமானப் பயிற்சி நிலையம் அமைத்துள்ளதையும், அவர் விமானம் ஓட்டக் கற்றுக் கொடுப்பதாகவும் செய்தி அறிந்து அவரிடம் சென்றார். விரைவில் விமானியாகவும் மாறினார் ஹைதர். தன்னிடம் இருந்த பணத்தைக் கொண்டு ஒரு சிறிய விமானத்தை வாங்கினார்.

இக்காலத்தில் டெட்ராய்ட் 'காஸ் தொழில்நுட்ப உயர்நிலைப் பள்ளியில் பிரிட்டிஷ் தொழிலாளர் கட்சியின் நாடாளுமன்ற உறுப்பினர் மார்கன் ஜான் உரையாற்றப்போவதை அறிந்து அங்கு சென்றார் ஹைதர். அங்கு ஒருவர் மார்கனிடம் இந்தியாவுக்கு பிரிட்டிஷ் என்ன செய்யும் என்று கேட்டபோது, அது இந்தியர்களுக்கே தெரியாது என்று ஏளனமாகப் பதிலளித்தார். கொதித்துப் போன ஹைதர் உங்களுக்கு மட்டும் என்ன தெரியும் என்று கேட்டார். அதைத் திசை திருப்ப முயன்ற மார்கன் ஹைதரை பிரவுன்

தோழர்கள் ⋄ 33

நிற மனிதர் என்று அழைக்க, மீண்டும் கொந்தளித்தார் ஹைதர். அவர் கடுமையாகத் தாக்கிப் பேச, பதிலளிக்க முடியாத மார்கன் பின்பக்கம் வழியாக ஓடிவிட்டார். இந்தியர்கள் மகிழ்ந்து பாங்ரா நடனமாடிவிட்ட பிறகே கலைந்து சென்றனர்.

சில நாட்களுக்குப் பின் டெட்ராயிட்டிலிருந்த தொழிலாளர் கட்சி அலுவலகத்துக்குச் சென்று செயலாளர் ஓவனிடம் அறிமுகம் செய்துகொண்டார். கம்யூனிஸ்ட் கட்சியின் பெயர்தான் அப்படி மாற்றப்பட்டிருந்தது. அங்கு செல்வதை வழக்கமாக்கிக்கொண்டார் ஹைதர். ரஷ்யாவில் கீழைத் தொழிலாளர்களின் பல்கலைக் கழகத்தில் சேர்ந்து படிக்கத் தேர்ந்தெடுக்கப்பட்ட குழுவில் அவருக்கும் இடம் கிடைத்தது. அமெரிக்கக் கம்யூனிஸ்ட் கட்சி ஏற்பாடு செய்த கப்பலின் மூலமும், பின்பு ரயில் மூலமும் மகிழ்ச்சியுடன் ஹைதர் ரஷ்யா சென்றடைந்தார்.

அங்கு அவர் ஏன் அமெரிக்காவை விட்டுவந்தார் என்று கேட்கப்பட்டபோது, தாம் தமது நாட்டின் விடுதலைக்காகவும், தொழிலாளர்களுக்காகவும் போராட விரும்பியதால் தனது அனைத்து வசதிகளையும், மகிழ்ச்சிகளையும் விட்டு விட்டு வந்ததாகத் தெரிவித்தார். சகாரோவ் என்ற புனைப்பெயருடன் அங்கே அவர் அனுமதிக்கப்பட்டார். அவருக்கு மார்க்சியம் கற்பிக்கப்பட்டது. காலனிய நாடுகளை ஏகாதிபத்தியங்கள் எப்படிச் சுரண்டுகின்றன என்பது எடுத்துக் கூறப்பட்டது. அனைத்துக்கும் சோஷலிசமே தீர்வு என்பது புரிய வைக்கப்பட்டது.

இதற்கிடையில் இந்தியக் கம்யூனிஸ்ட் கட்சியின் முதல் கிளை 1920இல் தாஷ்கண்டில் உருவாகியிருந்தது. இந்தச் செய்தியும் ஹைதருக்குக் கூறப்பட்டது. பின்னர் ஆயுதப் பயிற்சியும் கொடுக்கப்பட்டது. உற்சாகம் பொங்க ஹைதர் இந்திய விடுதலைக்காக ஆயுதப் போராட்டத்தில் இணைய விரும்பினார். அப்போது இந்தியாவில் ஏகாதிபத்தியத்துக்கு எதிரான லீக் அமைக்கப்பட்டது. அதில் சரோஜினி நாயுடுவின் சகோதரர் பீரேந்திரநாத், ஜவாஹர்லால் நேரு போன்றவர்கள் உறுப்பினர்களாக இருந்தனர்.

சோவியத்தில் இரண்டரை ஆண்டுகள் கல்வி பெற்ற ஹைதர் இந்தியாவுக்குத் திரும்பியதும் விடுதலைப் போராட்டத்தில் இணைய விரும்பினார். மகிழ்ச்சியடைந்த சோவியத் அகிலத்தின் பொறுப்பாளர்களில் ஒருவரான பெட்ரோவ்ஸ்கி, அவரிடம்,

‘இந்தியாவில் முறையான கம்யூனிஸ்ட் கட்சி இல்லை. நீங்கள் அங்கு கடினமாக உழைக்க வேண்டும்’ என்றும் கவனமாக இருக்குமாறும் கூறினார்.

ஹைதரும் ஷாம்சுல் ஹூதாவும் அங்கிருந்து செல்ல ஏற்பாடாகியிருந்தது. ஜெர்மனியை அடைந்தபின் ஷாம்சுல் ஹூதா ஒரு கப்பலில் கல்கத்தா சென்றார். பின்னர் குப்தா ஒரு பிரெஞ்சுக் கப்பலில் ஒரு சாரங்கியைச் சரிக்கட்டி, ஹைதரை அதிலேயே பம்பாய்க்கு அனுப்பிவிட்டார்.

பம்பாயில் எஸ்.ஏ. டாங்கே, பி.எஃப். பிராட்லி, எஸ்.வி. காட்டே ஆகிய கம்யூனிஸ்ட் தலைவர்களைச் சந்தித்துத் தம்மை அறிமுகம் செய்து கொண்டார் ஹைதர். பம்பாயில் தான் வேலை செய்ய விரும்புவதாகக் கூறினார். இந்தியாவுக்கும், உலகக் கம்யூனிஸ்ட் அகிலமான கோமிண்டர்னுக்கும் எந்தத் தொடர்பும் இல்லாததைச் சுட்டிக் காட்டிய அவர், அந்த இணைப்பை உடனே உருவாக்க வேண்டுமென்றார். தொழில் திறனைக் கொண்டு தானே தனது செலவுகளைப் பார்த்துக் கொள்வதாகவும் வாக்களித்தார். இரண்டாவதாக, ஒரு மையப்படுத்தப்பட்ட கம்யூனிஸ்ட் கட்சியை அமைக்க வேண்டும் என்பதையும் அது நிறைவேறும் எனவும் கூறினார். பிறகு சில நாட்கள் தமது கிராமத்துக்குச் சென்று தமது தாயையும் சகோதரியையும் பார்க்கச் சென்றார்.

பிறகு பம்பாய் திரும்பியவர் காட்டேவைச் சந்தித்தார். சிதறிக் கிடந்த சில கம்யூனிஸ்ட் குழுக்களுக்குப் பெயரளவுக்குச் செயலாளராக இருந்தார் காட்டே. நிதியே இல்லாத நிலையில் மிகவும் கஷ்டத்தில் இருந்ததை ஹைதர் புரிந்து கொண்டார். பிரிட்டிஷ் குற்றம் சாட்டியது போல் எந்தப் பணமும் ரஷ்யா கொடுக்கவில்லை. குறைந்த சம்பளத்துடன் ஒரு வேலையில் அமர்ந்த ஹைதர், கோமிண்டர்னுடன் தொடர்பை ஏற்படுத்தத் தொடங்கினார். அலி மர்தான் என்பவர் திறமையாக இந்தத் தொடர்பை ஏற்படுத்தினார்.

இதற்கிடையில் ஹைதர் இருந்த மதன்புரா தொழிலாளர் பகுதியில் அவர்களைப் பிரிக்க மதவாதத்தைப் பயன்படுத்தத் தொடங்கியது பிரிட்டிஷ். கடும் சிரமத்துக்கிடையில் அதை உடைக்க முயற்சி எடுத்தார் ஹைதர். மதவாதம் எப்போதுமே தொழிலாளர்களைப் பிளக்கும் ஒரு உத்தியாக இருந்திருக்கிறது. எனவே கம்யூனிஸ்ட் கட்சி சற்றுப் பின்னடைவைச் சந்தித்தது.

அந்தச் சமயத்தில் இங்குள்ள கட்சித் தோழர்களைச் சந்திக்க அகிலத்திலிருந்து திசை மாறிச் சென்ற எம்.என். ராய் வாரிஸ் என்பவரை அனுப்பியிருந்தார். வந்தவரை ஹைதருக்குத் தெரியும் என்பதால் அவரைச் சந்தித்தார். அவரோ கட்சியைத் திசைதிருப்ப முயல, கடுமையாகச் சாடி திருப்பி அனுப்பிவிட்டார் ஹைதர்.

பம்பாயில் ஜெனரல் மோட்டார்சில் வேலைக்குச் சேர்ந்து அங்கு நற்பெயர் பெற்ற ஹைதர் அங்கொரு தொழிற்சங்கத்தை உருவாக்கினார். தொழிற்சங்கப் பயிற்சி பெற்றிருந்ததால் தலைவராகத் தன்னை அவரால் நிலைநிறுத்திக் கொள்ளமுடிந்தது. ஆனால் முறையான கட்சியில்லாதது அவர்கள் அனைவரையும் வாட்டியது.

கோமிண்டர்னில் கலந்து கொண்டு திரும்பிய ஹஸ்ரத் மொகானியும் அங்கு கட்சி அமைக்கும் பணியை ஏற்றிருப்பதாகச் சொன்னார். அவர்கள் அனைவரும் இணைந்து அதற்கான முடிவை எடுத்தனர். எப்படியோ மோப்பம் பிடித்த பிரிட்டிஷ் போலீஸ் ஹைதரின் வீட்டைச் சோதனையிட்டு அகிலத்தின் கடிதம் உட்பட அனைத்தையும் கைப்பற்றிவிட்டது. எனவே அங்கிருந்து வெளியேறுவது என்று ஹைதர் முடிவெடுத்தார். பல இடங்களில் கம்யூனிஸ்டுகள் கைது செய்யப்பட்டிருந்தனர்.

ஒரு நண்பரின் வீட்டில் கூடிய அனைவரும் ஹைதர் உடனடியாக மாறு வேஷம் பூண்டு தப்பிக்க வேண்டுமென்று முடிவெடுத்தனர். ஹைதர் ஆங்கிலேயரின் உடை அணிந்துகொண்டு தப்பினார். கோவா தப்பிச் செல்வதுதான் அவர் திட்டம். அத்திட்டம் நிறைவேறியது. அங்கு ஃபெர்னாண்டஸ் என்ற பெயரில் பாஸ்போர்ட் பெற்று ஹாம்பர்குக்குச் சென்றுவிட்டார். அங்கிருந்து ஒரு கப்பலில் மாஸ்கோ சென்றார்.

மாஸ்கோவில் அவரைச் சந்தித்த கோமிண்டர்ன் தோழர்களிடம் இந்தியப் புரட்சியாளர்கள் மீரட் சதி வழக்கில் சிக்கவைக்கப் பட்டதையும் அவர்கள் அனைவரும் சிறையில் வாடிக் கொண்டிருப்பதையும், கட்சிக்கு அகிலத்திலிருந்து எந்த உதவியும் கிடைக்கவில்லை என்பதையும் சுட்டிக்காட்டி, சாடினார். திகைத்துப் போன அவர்கள் தாம் எம்.என்.ராய் மூலம் அனுப்பிய உதவிகள் அங்கு சென்று சேரவில்லை என்பதைப் புரிந்து கொண்டனர்.

மீரட் சதி வழக்கில் சிக்கிய தோழர்களுக்கு உதவ உறுப்பு கம்யூனிஸ்ட் கட்சிகள் அனைத்தும் உதவ வேண்டுமென்றும்,

நிதியும் அளிக்க வேண்டுமென்றும் ஹைதர் கேட்டுக்கொண்டார். சைக்ளோஸ்டைல் இயந்திரத்தை இயக்குவதற்கம் தொலைத்தொடர்புக் கருவிகள் இயக்குவதற்கும் பயிற்சி கிடைத்தது. அதுவரை பிரிட்டிஷ் கட்சி செய்த பணிகள் அவரிடம் ஒப்படைக்கப்பட்டன.

•

பம்பாய்க்கும் சோவியத்துக்கும் இடையே மேலும் இருமுறை பயணம் செய்து, பல கூட்டங்களில் கலந்துகொண்டு கோமிண்டர்னின் ஆதரவைப் பெற்றார் ஹைதர். எனினும் அவர் இரண்டாவது முறை பம்பாய்க்குத் திரும்பியபோது, மீரட் சதிவழக்கில் தேடப்படும் குற்றவாளியாக அறிவிக்கப் பட்டிருந்ததால், அவரை உடனடியாக சென்னைக்குச் செல்லுமாறு கட்சி அறிவுறுத்தியது. அதற்கு முன் தோழர் சுஹாசினி சென்னைக்குச் சென்று ஒருவரிடம் பேசி ஏற்பாடுகள் செய்துவிட்டு வந்தார்.

ஆனால் ஹைதர் சென்னைக்கு வந்து சேர்ந்தபோது, சுஹாசினி ஏற்பாடு செய்திருந்தவர் ஹைதருக்கு உதவ மறுத்துவிட்டார். இங்கு சாதிப் பிரிவுகள் ஏராளமாக இருக்கிறது எனவும், ஹைதர் திரும்பிச் சென்று விடுவதே நல்லது என்றும் தப்பித்துக்கொண்டார். ஹைதருக்கோ வேறு வழியில்லை. ஒரு சுமாரான அறையை எடுத்துக் கொண்டு அங்கு தங்கினார். அங்கு தங்கியிருந்த மாத்யூ எனும் இளைஞர் பழக்கமானார். அவர் தனது நண்பர்களை ஹைதருக்கு அறிமுகப்படுத்தினார். அவர்களுக்கு மார்க்சியம் கற்றுக் கொடுக்கத் தொடங்கினார் ஹைதர். தொடர்ச்சியாக, இளம் தொழிலாளர் சங்கம் என்னொன்றை ஹைதர் உருவாக்கினார்.

ஒருமுறை கடற்கரையில் தற்செயலாக மாணிக்கம் என்பவரைச் சந்தித்தார். அவர் கம்யூனிஸ்ட் பத்திரிகை நடத்தி வந்த தனது சகோதரர் வடிவேலுவிடம் ஹைதரை அழைத்துச் சென்றார். அவரது உதவியுடன் இளம் தொழிலாளர் சங்கத்தை விரிவாக்கினார் ஹைதர்.

மீரட் சதி வழக்கில் தேடப்பட்டவர் என்பதால், ஜெயராமன் உதவியுடன் மாம்பலத்தில் ஒரு வட இந்திய பிராமணராகத் தலைமறைவு வாழ்க்கை நடத்தினார் ஹைதர். ஜெயராமனைக் கீழைத்தொழிலாளர் சங்கத்துக்கு அனுப்பிய இடத்தில் அவர் நோய்வாய்ப்பட்டு மரணமடைந்து விட்டார். இதற்கிடையில்

போலீஸ் நெருங்கி வருவதை உணர்ந்து அங்கிருந்து தப்பினார் ஹைதர்.

இடையில் ஜெயராமனின் ஆலோசனைப்படி பெங்களூரில் படித்துக் கொண்டிருந்த சுந்தரய்யாவைக் கட்சிக்குள் கொண்டுவர இருவரும் சென்றனர். ஆனால் சுந்தரய்யா பின்னர் பார்க்கலாம் என்று சொல்லிவிட்டார்.

ஹைதரால் பம்பாய்க்கு அனுப்பப்பட்ட மாத்யூ அங்கு கட்சிப்பணி செய்து வந்தார். அங்கு ஹைதர் அனுப்பிய கடிதம் போலீசிடம் சிக்க, சென்னையில் இருப்பது ஹைதர்தான் என்பது அவர்களுக்குத் தெரிந்துவிட்டது.

சென்னையில் ஹைதரின் வீட்டைச் சோதனையிட்டு, அவரையும் மற்ற தோழர்களையும் கைது செய்தது போலீஸ். ஜெயராமனின் சகோதரி ஆவணங்களை எரித்துவிட்டதால் தப்பினார். ஆனால் புருஷோத்தமன் என்பவரது இளம் மனைவி பயந்துவிட்டதால் அவரிடமிருந்த ஆவணங்கள் ஹைதரைக் காட்டிக் கொடுத்து விட்டன. அவர்மீது மீரட் சதி வழக்கும் இருந்தது.

இந்தத் தகவல் தெரிந்ததும், கட்சித் தலைவர்கள் பி.டி. ரணதிவே, சுஹாசினி ஆகியோர் சென்னை வந்து அவருக்காக வாதாட வக்கீலை ஏற்பாடு செய்தனர். ஹைதர், தன் சாட்சிகளில் ஒருவராக நேதாஜி சுபாஷ் சந்திர போசையும் சேர்த்தார். குழப்பம் விளைவிப்பதே அவரது நோக்கமாக இருந்தது.

இரவும் பகலும் சங்கிலியால் பிணைக்கப்பட்டிருந்த ஹைதர், உண்ணாவிரதத்தில் இருந்தார். சிறைக்குள்ளேயே சுபாஷை விசாரிக்க ஏற்பாடு செய்த நீதிபதியைக் குறுக்குக்கேள்வி கேட்டுத் திணறடித்தார் ஹைதர். அங்கு விசாரணை நடத்தவே முடியாதென்றார். அவரது துணிவைக் கண்டு சுபாஷ் அவரைத் தட்டிக் கொடுத்துப் பாராட்டினார்.

வலுக்கட்டாயமாக ஹைதருக்கு உணவு கொடுக்க முயற்சிக்கப் பட்டது. கடும் சித்ரவதையை அனுபவித்தார் ஹைதர். அவருக்கு அடைக்கலம் கொடுத்திருந்த தோழர் பாஷ்யமும் உண்ணா விரதத்தைத் தொடங்கிவிட்டார். சுபாஷிடம் சூப்பிரண்டண்ட் ஆலோசனை கேட்க, அவர்களுக்கு நல்ல உணவு கொடுக்குமாறும், அவர்களை அரசியல் கைதிகளாக நடத்துமாறும் சுபாஷ் கூறினார். பாஷ்யத்தையும் ஹைதரையும் சேர்த்து வைக்கவும், வாசிக்க

பத்திரிகை அளிக்கவும் ஏற்பாடு செய்ய, இருவரும் உண்ணாவிரதத்தைக் கைவிட்டனர்.

அதன்பின் ஹைதர் சுபாஷையும் முகுந்தலால் சர்க்காரையும் தினசரி பார்த்து விவாதிப்பதை வழக்கமாக்கிக் கொண்டார். சோவியத் பற்றி நிறையக் கேள்விகளைக் கேட்டுத் தெரிந்துகொண்டார் சுபாஷ். அவர்கள் இருவரும் விவாதித்து எழுதி, முகுந்தலால் சர்க்கார் தட்டச்சு செய்து, கட்டுரைகளை வெளியே கடத்தி அச்சிடத் தொடங்கினர்.

1934இல் விடுதலை அடைந்த ஹைதரை அவருக்கு முன்பே விடுதலை பெற்றுவிட்ட பாஷ்யம் அழைத்துச் சென்று தங்க வைத்தார். ஹைதரையும் பாஷ்யத்தையும் தொடர்ந்து போலீஸ் துரத்த இருவரும் தப்பி ஓடினர். ஒரு கூட்டத்தில் சுந்தரய்யா உள்ளிட்ட பலரைச் சந்தித்தனர். அங்கு ஹைதர் தமது பணி முன்னேறியிருப்பதையும், பி.எஸ்.ஆர். உட்படப் பலரும் இணைந்திருப்பது கண்டும் மகிழ்ந்தார்.

பின்னர் பம்பாய் திரும்பியவரை மீண்டும் நிலைமை சரியில்லை என்று தோழர்கள் மெட்ராசுக்குத் திருப்பி அனுப்பிவிட்டனர். அங்கு கட்சி பலமடைந்து கொண்டிருந்தது. இவ்வாறாகத் தாம் அறியாத ஒரு நிலப்பரப்பில் தெரியாத மொழி பேசிய ஒரு பகுதியில், எந்த ஆதரவுமின்றி நுழைந்த ஹைதர், அங்கு ஒரு முறையான கட்சியை அமைப்பதில் வெற்றி பெற்று விட்டார். அவர் அமைத்ததுதான் இந்தியாவின் தென்பகுதியில் அமைந்த முதல் கிளை.

எனினும் அங்கு தங்குவதில் உடன்பாடு இல்லாத ஹைதர், சுந்தரய்யா உள்பட அனைவரையும் கூட்டினார். அங்கு அவரை பம்பாயில் நடக்கும் மாநாட்டுக்கு அனுப்புவது என்று முடிவெடுக்கப்பட்டது. எனினும், ஹைதர் தான் கைதானால் அந்தக் கூட்டத்துக்கு சுந்தரய்யா செல்ல வேண்டுமென்று கேட்டுக் கொண்டார். அவர் நினைத்தது போலவே அவர் கைதாகிவிட்டார்.

அவரைச் சித்ரவதை செய்யும் பொருட்டு தூக்கு மேடைக்குப் பக்கத்தில் கொட்டடியில் ஹைதரை அடைத்தது அரசு. மறுநாள் தூக்கில் தொங்க விடப்படும் கைதிகள்தான் அங்கே பொதுவாக அடைக்கப்படுவர். அவர்களோடு இருந்து, அவர்களது நிலையைக் கண்ட ஹைதர் கடுமையாகப் பாதிக்கப்பட்டார். தீவிர மன அழுத்தத்துக்கு உள்ளானார். அதைத்தான் அரசும் விரும்பியது.

கட்சியின் முடிவுப்படி பாஷ்யம் அவரைச் சந்திக்க வந்தபோது தனது நிலையை வருத்தத்துடன் பகிர்ந்துகொண்டார் ஹைதர். ஒரு கட்டத்தில் அவர் அதிகாரிகளைத் தாக்கவும் தொடங்கிவிட்டார். எனவே வேறு வழியின்றி அவரை ராஜமுந்திரி சிறைக்கு மாற்றினார்கள்.

ஹைதரின் நிலைமை மோசமடைந்த செய்தி பிரிட்டிஷ் நாடாளுமன்றத்தில் எதிரொலித்தது. வெவ்வேறு சிறைகளுக்கு மாற்றப்பட்ட ஹைதர், ஆறு ஆண்டுகள் கழித்து விடுவிக்கப் பட்டார். அதுவரை விசாரணைக் கைதியாகவே இருந்தார்.

வெளியில் வந்த ஹைதர் முன்பிருந்த வாழ்நிலைக்குத் திரும்பினார். பம்பாயில் மீண்டும் கைது செய்யப்பட்டார். வெளியில் வந்ததும் மீண்டும் தொழிலாளர்களிடையே பணியாற்றத் தொடங்கினார். கட்சிப்பணி ஆற்றினார். 19 பிப்ரவரி 1946 அன்று புகழ்பெற்ற கப்பல்படைப் புரட்சி பம்பாயில் தொடங்கியது. இந்தியச் சுதந்தரப் போராட்டத்தில் அது ஒரு முக்கிய அத்தியாயமாக மாறியது. பிரிட்டிஷ் அரசுக்கோ அது மிகப் பெரிய நெருக்கடியாக வளர்ந்து நின்றது. இனியும் இந்தியாவைத் தன் கட்டுப்பாட்டில் வைத்திருப்பது சாத்தியமில்லை என்னும் முடிவை நோக்கி பிரிட்டன் நகரத் தொடங்கியது.

தன் கிராமத்துக்குத் திரும்பிச் சென்ற ஹைதர் அங்கு நிலைமை அப்படியே நீடிப்பதைக் கண்டு மனம் வருந்தினார். வறுமையும் கல்லாமையும் மக்களைத் துன்புறுத்திக்கொண்டிருந்தது. அங்கு ஒரு பள்ளியைத் தொடங்க ஹைதர் முடிவெடுத்தார்.

ஹைதர் தொடங்கி பலரும் எதிர்பார்த்துக் காத்திருந்த சுதந்தரம் வந்தது. ஆனால் அதற்கு நாம் மிகப் பெரிய விலையைக் கொடுக்க வேண்டியிருந்தது. உலகை உலுக்கும் வகையில் தேசப் பிரிவினை நிகழ்ந்தது. வகுப்புவாதக் கலவரம் திக்கெங்கும் மூண்டது. பாகிஸ்தான் பகுதியில் இருந்த ஹைதர் தம்மால் முடிந்தவரை பலரைக் காப்பாற்றி இந்தியாவுக்கு அனுப்பி வைத்தார்.

பாகிஸ்தானில் கம்யூனிஸ்ட் கட்சி அமைக்க முயன்ற ஹைதரை அந்நாட்டு அரசு கைது செய்து சிறையில் அடைத்தது. பிரிட்டிஷ் அரசால் பலமுறை கைது செய்யப்பட்ட ஹைதர் இப்போது பாகிஸ்தான் அரசால் கைது செய்யப்பட்டிருந்தார். 15 மாதங்கள் கழித்து விடுதலை கிடைத்தது. ஹைதருக்கு மட்டும் மீட்சி கிடைக்கவேயில்லை. மீண்டும், மீண்டும் அவர் கைதானார்.

இறுதியில் தனது ஆசைப்படி தனது நிலத்தில், தனது உழைப்பின் மூலம் கிராமத்தில் ஒரு பள்ளியை உருவாக்குவதில் வெற்றி பெற்றார் ஹைதர். அங்கேயே மக்களுக்குச் சேவை செய்து கொண்டு தங்கினார். முதலில் அவர் உருவாக்கியது ஆண்களுக்கான பள்ளியை. அதைத் தொடர்ந்து பெண்களுக்கான பள்ளியையும் அறிவியல் கூடத்தையும் உருவாக்கினார். இந்தப் பள்ளிகள் பின்னால் அரசு அங்கீகாரத்தைப் பெற்றதோடு அரசுப் பள்ளிகளாகவும் மாறின.

மக்களுக்குச் சேவை புரிந்துகொண்டிருந்தபோதே தனது மூச்சையும் அவர் 27 டிசம்பர் 1989 அன்று நிறுத்திக்கொண்டார். இறுதிவரை ஹைதர் திருமணம் செய்துகொள்ளவில்லை. தனது முழு வாழ்வையும் அவர் கட்சிக்காகவும் மக்களுக்காகவும் அர்ப்பணித்து விட்டார்.

•

ஹர்கிஷன் சிங் சுர்ஜீத்

வீரத்தின் விளைநிலம்

மாவீரன் பகத்சிங் தூக்கிலிடப்பட்ட (23 மார்ச் 1931) அடுத்த ஆண்டு அதே நாளில் பஞ்சாபைச் சேர்ந்த ஹோஷியாபூருக்கு கவர்னர் வருவதாக இருந்தது. ஹோஷியாபூர் காங்கிரஸ் கமிட்டி அந்நாளில் அங்கிருந்த அனைத்து நீதிமன்றங்களிலும் யூனியன் ஜாக்கை இறக்கி மூவர்ணக் கொடியைப் பறக்க விடுவோம் என்று அறிவித்தது. அந்த அறிவிப்பே ஒரு போராட்டத்துக்கான அறை கூவல் போலத்தான் இருந்தது.

இதை பிரிட்டிஷ் அரசும் உணர்ந்திருந்ததால், மூவர்ணக் கொடியைப் பறக்கவிடும் முயற்சியில் யார் ஈடுபட்டாலும் சுட்டுத் தள்ளுவாம் என்று அறிவித்திருந்தது. இந்த எச்சரிக்கையைக் கண்டதும் காங்கிரஸ் போராட்டத்திலிருந்து பின்வாங்கியது. இதை அறியாத ஒரு சிறுவன் விறுவிறுவென்று காங்கிரஸ் அலுவலகத்துக்குள் நுழைந்து, எப்போது போராட்டம், நானும் அதில் கலந்துகொள்ளவேண்டும் என்று சொல்லியிருக்கிறான்.

போராட்டம் நடைபெறப்போவதில்லை என்பதை அறிந்ததும் மிகவும் அதிருப்தி அடைந்த சிறுவன் ஏன், எதற்கு என்று அங்கிருந்தவர்களைக் கேள்வி கேட்க, அங்கிருந்த ஒருவர் விளையாட்டாக, 'ஏன் நீ போய் கொடி ஏற்றித்தான் பாரேன்' என்று சொல்லிவிட்டுப் போய் விட்டார். ஆனால் அந்தச் சிறுவன் இதை விளையாட்டாக நினைக்கவில்லை.

தனது பையில் மூவர்ணக் கொடியைச் சுருட்டி எடுத்துக் கொண்டான். நீதிமன்றத்தைச் சென்றடைந்தான். அங்கே சுற்றிக் கொண்டிருந்த துப்பாக்கி ஏந்திய காவலர்கள் கண்ணில் படாமல் மேலே ஏறினான். யூனியன் ஜாக்கை இறக்கி மூவர்ணக் கொடியை ஏற்றும் சமயத்தில் அதைக் கவனித்துவிட்ட காவலர்கள் சுடத் தொடங்கினார்கள்.

இப்போதும் சிறுவன் மிரளவில்லை. துப்பாக்கிச் சத்தம் கேட்டதும் உள்ளேயிருந்து ஓடி வந்து பார்த்த ஆட்சியர், சிறுவனைப் பார்த்ததும் சுடுவதை நிறுத்தச் சொன்னார். பிரிட்டிஷ் எதிர்ப்பு முழக்கத்தை எழுப்பிய சிறுவன் கைது செய்யப்பட்டுக் கொண்டு செல்லப்பட்டு, அசுத்தமான சப் ஜெயிலில் அடைக்கப்பட்டான்.

தான் யாரென்று சொல்ல அவன் மறுத்து விட்டான். மறுநாள் விசாரணையில் அவன் பெயர் என்னவென்று நீதிபதி கேட்க, அந்த 16 வயது சிறுவன், 'என் பெயர் லண்டன் தோட் சிங்' (லண்டனை உடைக்க வந்த சிங்) என்றான். அவனை மன்னிப்புக் கேட்குமாறு நீதிபதி வற்புறுத்த அவன் மறுத்துவிட்டான். தான் மூவர்ணத்தை ஏற்றியது சரியே என்று வாதிட்டதோடு பகத்சிங்கைப் புகழ்ந்தும் பேசினான்.

ஆத்திரமடைந்த நீதிபதி அவனுக்கு ஒரு வருடம் கடுங்காவல் தண்டனை விதித்தார். ஏளனமாகச் சிரித்த அவன், 'ஒரு வருடம்தானா?' என்றான். மேலும் ஆத்திரமடைந்த நீதிபதி நான்காண்டுகள் தண்டனை விதித்தார். 'நான்காண்டுகள்தானா?' என்றான் மீண்டும். அந்தக் குற்றத்துக்கு நான்காண்டுகளுக்கு மேல் தண்டனை கொடுக்கச் சட்டத்தில் இடமில்லை என்பது தெரிந்ததும் மகிழ்வுடன் சிறை சென்றான். அந்தச் சிறுவன், ஹர்கிஷன் சிங் சுர்ஜீத்.

1916ஆம் ஆண்டு சுர்ஜீத் ஒரு விவசாயக் குடும்பத்தில் பிறந்தார். அவரது பிறந்த தேதி தெரியாததால், பகத் சிங் உயிர்த்தியாகம் செய்த மார்ச் 23ஆம் தேதியைத் தனது பிறந்த தேதியாக எடுத்துக்

கொண்டார். பிரிட்டிஷ் காலனியாதிக்கத்துக்கு எதிராக பஞ்சாப் கொதித்துக் கொண்டிருந்த காலம் அது. சுர்ஜீத் பிறப்பதற்கு மூன்றாண்டுகளுக்கு முன்பு, 1913இல் இந்திய விடுதலைக்காக கனடாவாழ் சீக்கியப் பெருமக்கள் கதார் இயக்கத்தைத் தொடங்கியிருந்தனர்.

கனடாவிலிருந்து இந்தியா வந்திருந்த கதார் இயக்கத்தினர் பிரிட்டிஷ் இந்திய ராணுவத்தில் ஊடுருவினர். அவர்கள் புரட்சி செய்யத் திட்டமிருந்ததற்கு முந்தைய நாள் ஒரு துரோகி காட்டிக் கொடுத்துவிட்டான். கைது செய்யப்பட்டவர்களில் 19 வயது கர்தார்சிங் சராபா உள்பட 45 பேர் தூக்கிலிடப்பட்டனர். 306 பேர் நாடு கடத்தப்பட்டனர்.

சுர்ஜீத் பண்டாலா என்ற கிராமத்தைச் சேர்ந்தவர். அவரது தந்தை சுதந்தரப் போராட்டத்தில் இணைந்தவர். அகாலிகளுடனும், கதாரி பாபாக்களுடனும் தொடர்புடையவர். தாயாரும் ஒரு கட்டத்தில் அதில் இணைந்துவிட்டார். சுர்ஜீத்துக்கு 7 வயதானபோது அவரது தந்தை கைது செய்யப்பட்டார். இதை ஏற்காத தாத்தா அவரை வீட்டை விட்டு வெளியேற்றிவிட்டார்.

மிக மோசமானது இளமையில் வறுமை. அதை அனுபவித்தவர் சுர்ஜீத். அவர் தாய் தான் செல்லும் கூட்டங்களுக்கெல்லாம் மகனையும் கூட்டிச் சென்றதால் சுர்ஜீத்துக்கு சுதந்திர தாகமும் இளமையிலேயே ஊட்டப்பட்டது. சோவியத்திலிருந்து திரும்பிய சந்தோக் சிங் என்பவர் கீர்த்தி என்ற பத்திரிகையை வெளியிட்டார். அதனுடன் சுர்ஜீத்தின் தந்தை தொடர்பில் இருந்தார். சுர்ஜீத் அந்தப் பத்திரிகையால் கவரப்பட்டார். 15 வயதில் பகத்சிங்கின் நவ்ஜவான் பாரத் சபாவில் இணைந்தார் சுர்ஜீத்.

சுர்ஜீத்தின் முதல் அரசியல் செயல்பாடு 1931இல் தடை செய்யப்பட்ட கர்தாரி தலைவர் கரம் சிங் சீமாவும் பாக் சிங் கனடியனும் பேசிய ஒரு கூட்டத்தை ஏற்பாடு செய்ததாகும். அக்கூட்டம் பெரும் வெற்றி பெற்றது.

மறுநாள் அவரைத் தேடி பள்ளிக்கூடத்துக்கே போலீஸ் வந்துவிட்டது. சுர்ஜீத் மன்னிப்புக் கேட்க மறுக்க, அவர் பள்ளிக்கூடத்திலிருந்து வெளியேற்றப்பட்டார். தாய் அவரை வேறொரு தங்கிப் படிக்கும் பள்ளியில் சேர்த்தார். காசே இல்லாத சூழலில் அவரைப் படிக்க வைப்பது மிகவும் சவாலானதாக இருந்தது.

இச்சூழலில் கொடியேற்றிய குற்றத்துக்காகக் கைது செய்யப்பட்ட சுர்ஜீத் தில்லியில் சீர்திருத்தப் பள்ளியில் அடைக்கப்பட்டார். ஆனால் அவர் சீர்திருந்துவதாக இல்லை என்பதோடு, அவரது கதையைக் கேட்டு மற்றவர்களும் ஊக்கம் பெற்றனர். மிரண்டு போன அரசு அவரை லாகூரிலுள்ள போர்ஸ்டல் சிறைக்கு மாற்றியது. அங்கு புரட்சியாளர்களைச் சந்தித்து மேலும் ஊக்கம் பெற்றார். 1934இல் இரண்டாண்டுகளுக்குப் பின் விடுதலை செய்யப்பட்டார்.

ஜலந்தரில் காங்கிரஸ் கட்சிச் செயலாளராக ஆன சுர்ஜீத் சோவியத்திலிருந்து திரும்பிய சில கம்யூனிஸ்டுகளால் சோஷலிசம் நோக்கி ஈர்க்கப்பட்டார். அவர்களது ஒரு கூட்டத்தில் எடுக்கப்பட்ட முடிவின்படி, சுர்ஜீத் ஜலந்தரில் ஒரு புத்தகக்கடை திறந்தார். அது புரட்சியாளர்களின் தளமாக மாறியது.

ஜலந்தர், ஹோஷியாபூரின் கம்யூனிஸ்டுகளின் மையமாகவும் இருந்தது. அங்கு விடுதலைக்குப் போராட ரத்தத்தால் கையெழுத்திட்டு உறுதியேற்றனர் வீரர்கள். 1938இல் சுர்ஜீத் பஞ்சாபிலிருந்து வெளியேற்றப்பட்டு சஹரன்பூர் சென்றார். அங்கு சிங்காரி என்ற பெயரில் ஒரு மாதப்பத்திரிகை தொடங்கினார்.

நேருவைச் சந்தித்தார். நேரு சுர்ஜீத்திடம் இந்திய மக்கள் செங்கொடிக்குத் தயாராகாததால் கூட்டங்கள் ஏற்பாடு செய்யுமாறும், அதில் தான் பேசுவதாகவும் கூறினார். அப்படியே செய்தார் சுர்ஜீத். ஒருமுறை கூட்டம் நடத்தும் இடங்களை போலீஸ் ஆக்கிரமித்துவிட, சற்றும் அசராத சுர்ஜீத் இரவோடு இரவாகத் தன் வயலில் விதைத்திருந்த சோளக்கதிர்களை அறுத்துவிட்டு அங்கு கூட்டத்தை நடத்தினார்.

1936இல் அகில இந்திய விவசாயிகள் சங்கம் தொடங்கப்பட்டது. கடைசி வரை அதில் பங்கேற்று வழிநடத்தியவர் சுர்ஜீத். விவசாயிகளுக்கு காங்கிரஸ் உதவும் என்ற கனவு பொய்த்ததால் அதிருப்தியடைந்தார் சுர்ஜீத்.

அவரது சிறை வாழ்வு விடுதலைக்கு முன்னும் பின்னும் நீண்ட காலம் இருந்தது. 1935இல் கம்யூனிஸ்ட் கட்சி தடை செய்யப்பட்டது. தலைமறைவு காலத்தில் காங்கிரஸ் சோஷலிஸ்ட் கட்சியில் அவர் சேர்ந்தபோது இ.எம்.எஸ். நம்பூதரிபாடும் தின்கர் மேத்தாவும் அதன் செயலாளர்களாக இருந்தனர்.

சுர்ஜீத் மீது வாரண்ட் இருந்தது. ஓரிடத்திலிருந்து இன்னொரு இடம் சென்று கூட்டங்களை ஏற்பாடு செய்து கொண்டே இருந்தார். ஒருமுறை அவர் கிராமத்தை போலீஸ் சுற்றி வளைத்துவிட, ஓர் இசைக் கலைஞனைப் போல் வேடமிட்டு தப்பி விட்டார். இன்னொருமுறை மாட்டிக் கொண்டபோது, போலீசால் அவரைச் சரியாக அடையாளம் காண முடியாததால் தப்பிவிட்டார்.

முக்கியமான சாலைகளை போலீஸ் அடைத்துவிடுவதாலும், ரயிலையும் சோதனையிடுவதாலும் சுர்ஜீத் தனது பயணங்களுக்கு வேறொரு உபாயத்தைக் கையாளவேண்டியிருந்தது. லாரி ஓட்டுநர்கள் பலர் அவருக்குப் பழக்கப்பட்டவர்களாக இருந்தனர். ஓட்டுநரின் தலைக்கு மேல் இருக்கும் சிறு அறையில் சுர்ஜீத் நுழைந்து ஒளிந்துகொள்வார். இறுதிவரை யாராலும் அவரைக் கண்டுபிடிக்கமுடியவில்லை. நெருக்கடி காலத்திலும் இந்த ரகசியப் பயணம் அவருக்குக் கைகொடுத்தது.

இறுதியில் 1939இல் கைதானார். தனிமைச்சிறையில் அடைக்கப் பட்டார். மலம் கழிக்கக்கூட வெளியே செல்ல அனுமதி இல்லை. ஒரு வாரத்துக்கு ஒரு சட்டித் தண்ணீர் மட்டுமே கொடுக்கப்பட்டது. இருளிலேயே இருந்ததால் அவரது கண்கள் பாதிக்கப்பட்டன.

பிரிட்டிஷ் அரசு கடுமையாக நடந்து கொண்டது. அங்கு ஒருமுறை வந்த ஓர் ஐரிஷ் மருத்துவர் சுர்ஜீத்தைப் பார்த்தே ஆக வேண்டுமென்று அடம் பிடித்துப் பார்த்தவர் அவர் நிலை கண்டு கதிகலங்கிப் போனார். உடனடியாக அவரை வெளியே எடுத்து மருத்துவமனைக்கு அனுப்பினார். அப்போது பாதித்த அவர் கண்கள் இறுதிவரை குணமடையவில்லை. அளவில் பெரிய கண்ணாடியை அவர் அணிய வேண்டிய நிலை வந்தது.

மனைவி ப்ரீதம் கவுர் இல்லாமல் சுர்ஜீத்தின் வாழ்க்கை முழுமையடையாது. விளையாடிக் கொண்டிருந்த ஒரு சிறுமியைத் திருமணம் செய்து கொள்வதாக சிறுவன் சுர்ஜீத் காட்ட, அங்கேயே திருமணம் முடிவாகிவிட்டது.

ப்ரீதம் கவுர் வளர்ந்ததும் இருவருக்கும் திருமணம் நடைபெற்றது. எந்த வரதட்சணையும் வாங்க மாட்டேன் என்று சுர்ஜீத் கூறியிருந்தார். ஆனால் அது தெரியாத பெண் வீட்டார் நிறையக் கொடுத்துவிட்டனர். இதை அறிந்த சுர்ஜீத் கடும் ஆத்திரம் கொண்டார். பெற்றதை எல்லாம் திருப்பிக் கொடுத்த பிறகே மணம் செய்தார்.

ஒரு வழியாக மணமுடித்துப் பெண்ணைத் தன் வீட்டுக்குக் கூட்டிச் செல்லக் கிளம்பிய மணமகனை போலீஸ் சுற்றி வளைத்துக் கைது செய்து விட்டது. ஒருவராலும் அவரை மீட்கமுடியவில்லை. இறுதியில் வீட்டுக்குச் செல்ல மட்டும் ஒருமுறை போலீஸ் அனுமதித்தது.

மணப்பெண்ணை வீட்டில் விட்டுவிட்டுக் கைதானார் சுர்ஜீத். சிறைக்கு அவரது மனைவியை சகோதரி கூட்டிக் கொண்டு வந்தபோது அவரால் அடையாளம் காணமுடியவில்லை. இவர்தான் உங்கள் மனைவி என்று அவருக்கே சகோதரி அறிமுகம் செய்ய வேண்டியிருந்தது!

●

1939இல் வெடித்த இரண்டாம் உலகப் போரில் ஒரு சிக்கலான நிலை உண்டானது. இந்தியாவை பிரிட்டிஷ் அரசு போரில் இழுத்து விட்டதை எதிர்த்து காங்கிரஸ் அனைத்து அரசுகளிலிருந்தும் ராஜினாமா செய்தது. பிரிட்டிஷ் அரசு இடதுசாரிகளுக்கு எதிராகத் தாக்குதலைக் கட்டவிழ்த்துவிட்டது. அவர்கள் இந்தப் போரை உள்நாட்டுப் போராக மாற்றி அதன் மூலம் விடுதலை பெறத் திட்டமிட்டிருந்தனர்.

1941இல் காட்சி மாறியது. சோவியத் மீது ஜெர்மனி படையெடுத்தது மனிதகுலத்தின்மீதான பாசிசத்தின் தீவிரமான தாக்குதலாகக் கருதப்பட்டது. அந்தத் தாக்குதலை நிறுத்தவேண்டிய அவசியத்தை கம்யூனிஸ்ட் கட்சி உணர்ந்தது. பாசிசத்துக்கு எதிரான மக்களின் போரை ஆதரிக்க கட்சி தீர்மானித்தது.

இதற்கிடையில் காந்தியின் அகிம்சையை கம்யூனிஸ்டுகள் ஆதரிக்காததற்காக அவர்களை வெளியேற்றத் தொடங்கியது காங்கிரஸ். அது மட்டுமின்றி, கடுமையான அவதூறுகளையும் தாக்குதல்களையும் கட்டவிழ்த்துவிட்டது.

1942 ஆகஸ்ட் 8 அன்று காங்கிரஸ் மாநாடு 'வெள்ளையனே வெளியேறு' என்ற முழக்கத்தை எழுப்பியது. நாடெங்கும் தலைவர்கள் கைதாயினர். கம்யூனிஸ்ட் கட்சி போரை ஆதரித்ததால் ஆறு மாதங்களுக்குப் பின் அனைவரும் விடுவிக்கப்பட்டாலும், சுர்ஜீத் 1944 வரை சிறையிலேயே இருந்தார். சர்வதேச முரண்பாடுகளை உள்நாட்டு நிலையுடன் இணைத்துப் பார்க்காததைப் பின்னர் கட்சி சுய விமர்சனம் செய்துகொண்டது.

1947இல் ஏற்பட்ட பிரிவினையால் கடும் வகுப்புவாத வன்முறை எழுந்தது. பஞ்சாப் பற்றி எரிந்தது. இந்தப் பிரிவினையால் விளைந்த வன்முறை சுர்ஜீத்துக்கும் கடுமையான மன உளைச்சலை ஏற்படுத்தியது. அவர் இறுதிவரை வகுப்புவாதத்துக்கு எதிராகப் போராடியதற்கு இது ஒரு காரணம்.

1919இல் நடந்த ஜாலியன் வாலாபாக் படுகொலையை அனைவரும் அறிவோம். அந்தக் கூட்டம் பிரபல காங்கிரஸ் தலைவர் டாக்டர் சைஃபுதின் கிச்லூவின் கைதை எதிர்த்து நடைபெற்ற பொதுக் கூட்டத்தின்போது நடந்தது. ஆனால் தேசப் பிரிவினையின் போதோ, அதே டாக்டர் கிச்லூவின் உயிருக்கு அச்சுறுத்தல் நேர்ந்தது. அவரை சுர்ஜீத்தும் பிற கம்யூனிஸ்ட் தலைவர்களும் காப்பாற்றி தில்லிக்கு அழைத்துச் சென்றனர். சுர்ஜீத் பின்னர் இவ்வாறு கூறினார்:

'இந்தப் பிரிவினைக்கு முன்பு நடைபெற்ற வகுப்புவாத மோதல்தான் நேருவை இந்தப் பிரிவினைக்கும், மக்களை இங்கிருந்து அங்கும், அங்கிருந்து இங்கும் மாற்றிக் கொள்ளும் திட்டத்துக்கும் சம்மதிக்கச் செய்தது. ஆனால் இந்தப் பிரிவினை மிகக்கொடூரமாக இருந்தது. மனிதாபிமானம் என்பது எங்கும் இல்லை. வகுப்புவாத வெறியாட்டம் காங்கிரஸ் கட்சியையும், அகாலிகளையும் பாதித்தது. ஆர்.எஸ்.எஸ். இந்தச் சந்தர்ப்பத்தைப் பயன்படுத்திக் கொண்டு அதன் ஸ்தாபனத்தை விரிவாக்கம் செய்தது.

'கம்யூனிஸ்ட் கட்சியைத் தவிர நாட்டில் எவர் ஒருவரும் இந்தப் பைத்தியக்காரத்தனத்தைத் தடுத்து நிறுத்தத் தயாராக இல்லை. இந்த ஆழமான நெருக்கடியின் போது அனைத்து வெகுஜன இயக்கத் தலைவர்களும், பிரஜா மண்டல இயக்கத் தலைவர்களும் எங்களுடன் இருந்தனர்.

'காங்கிரஸ் தலைவர் முன்ஷி ஹமீதின் சகோதரரைக் காப்பாற்ற வேண்டியிருந்தது. நாங்கள் அன்றைய இடைக்கால பஞ்சாப் முதல்வர் கோபிசந்தைச் சந்தித்துப் பேசினோம். அவர் எங்களுக்கு வாக்குறுதி தருவதற்குப் பதில் அங்கிருந்து வரும் இந்துக்கள் நிலை குறித்துப் பேசினார். அதே போன்றுதான் சைஃபுதின் கிச்லூவின் உயிரைப் பாதுகாப்பதற்காக அவர் தில்லிக்குக் கொண்டு செல்லப்பட்டுப் பாதுகாக்கப்பட்டார்... பிரிவினைக்கு முன்பும் பின்பும் நடைபெற்ற வன்முறையானது இந்திய வரலாற்றில் ஒரு

கரும்புள்ளியாகும். அதனுடைய விளைவுகள் இன்றும் தொடர்கின்றன. சிறுபான்மை மக்களைத் தேசிய நீரோட்டத்துடன் நாம் இணைக்க முடியவில்லை. 1947ஆம் ஆண்டு தொடங்கிய இந்தக் கொலைவெறி வகுப்புவாத வன்முறையின் விளைவுகள் இன்றும் நீடிக்கிறது.'

இந்தப் பிரிவினையின்போது பாகிஸ்தானுக்கும் இந்தியாவுக்கும் இடையில் மக்களைக் கொண்டுச் செல்ல ரயில் ஓட்டுநர்கள் முன்வரவில்லை. ஆனால் அரசின் கோரிக்கையை ஏற்று தென்னிந்திய ரயில்வே தொழிலாளர் சங்கத் தோழர்கள் (DREU) துணிவுடன் இந்தப் பணியை நிறைவேற்றினர் என்பது தென்னிந்தியர்களான நமக்குப் பெருமையாகும்.

விடுதலைக்குப் பின் கட்சி தடை செய்யப்பட்டதால் நான்கு ஆண்டுகள் சுர்ஜீத் தலைமறைவாகி கிராமம், கிராமமாகச் சென்று கட்சிப் பணி செய்தார். தொண்டர்களுக்குத் தைரியம் கொடுத்தார்.

1959இல் பஞ்சாப் காங்கிரஸ் அரசு பக்ரா நங்கல் அணைத்திட்டத்தால் பயனடைந்த விவசாயிகள்மீது கடும் வரியை விதித்தது. அதற்கெதிரான விவசாயிகள் போராட்டத்தை சுர்ஜீத் கன்வீனராக முன்னின்று நடத்தினார். நூற்றுக்கணக்கானோர் காவல் நிலையங்களில் தாக்கப்பட்டனர்; எட்டுப் பேர் துப்பாக்கிச் சூட்டில் பலி; இருவர் காவல்நிலையத்தில் அடித்துக் கொல்லப் பட்டனர். இதைத் தாங்கி நின்று சுர்ஜீத் போராட்டத்தை வழிநடத்தினார். இறுதியில் அரசு பணிந்தாலும், ஆட்சியை இழந்தது.

1951இலிருந்து கம்யூனிஸ்ட் கட்சியில் கட்சித் திட்டம் பற்றிய விவாதம் எழுந்து, இறுதியில் 1962இல் பிளவை நோக்கிச் சென்றது. இந்தியா சீனா போரின் போது பேச்சுவார்த்தை மூலமே பிரச்சினையைத் தீர்க்க வேண்டுமென்று கோரிய 32 தேசிய கவுன்சில் உறுப்பினர்கள் கட்சியில் இருந்து வெளியேறினார்கள். அவர்களில் சுர்ஜீத் ஒருவர். 1964 நவம்பர் 7 அன்று சிபிஐ (எம்) உதயமானது. அதன் அரசியல் தலைமைக்குழு உறுப்பினர்களில் ஒருவராக சுர்ஜீத் தேர்வானார். உடனடியாகக் கைது செய்யப்பட்ட அவர் 1966இல்தான் விடுதலையானார்.

1978 முதல் 1984 வரை சுர்ஜீத் ராஜ்யசபா உறுப்பினராக இருந்தார். 1974இல் கிசான் சபா பொதுச் செயலாளராகத் தேர்வு செய்யப்பட்ட அவர் 1989 வரை அப்பதவியில் இருந்தார். 1992இல் சிபிஐ எம்மின்

பொதுச்செயலாளராகத் தேர்வானார். கிராமப்புற விவசாயத் தொழிலாளர்களைத் திரட்டுவதில் தனிக் கவனம் செலுத்தினார். அவரது வழிகாட்டலில் 1983 ஜூலை 15 அன்று அகில இந்திய வேலை நிறுத்தத்தை விவசாயத் தொழிலாளர்கள் வெற்றிகரமாக நடத்தினர். 1980இல் விவசாயத் தொழிலாளர்களுக்கான விரிவான சட்ட மசோதாவை அவர் தயார் செய்தார். ஆனால் அது நிறைவேற்றப்படவேயில்லை.

'இந்தியாவில் நிலச்சீர்திருத்தங்கள்' உட்பட எண்ணற்ற பிரசுரங்களை எழுதியவர் சுர்ஜீத். இந்தியத் தேசிய ஒருமைப்பாட்டுக்காகவும், ஒற்றுமைக்காகவும் உயிரைப் பணயம் வைத்துப் போராடியவர். 1980களில் பஞ்சாபில் காலிஸ்தான் இயக்கம் பயங்கரவாதத்தில் இறங்கியது. இக்காலத்தில் சுமார் 20,000 பேர் கொலை செய்யப்பட்டனர். பிரதமர் இந்திரா காந்தி 1984இல் சுட்டுக் கொல்லப்பட்டபோது ஏராளமான அப்பாவி சீக்கியர்களை வெறியர்கள் கொன்று தீர்த்தனர். தமது உயிருக்கு அஞ்சாது இக்காலத்தில் சுர்ஜீத் பஞ்சாப் முழுதும் பயணம் செய்து தீவிரவாதத்தையும் பயங்கரவாதத்தையும் எதிர்த்து நின்றார். சுமார் 300 சிபிஎம் தொண்டர்கள் இந்நிலைப்பாட்டுக்காகப் படுகொலை செய்யப்பட்டனர்.

சுர்ஜீத் வகுப்புவாதத்துக்கு எதிராக இருந்ததால், அப்படிப்பட்ட அரசு மத்தியில் வந்து விடக்கூடாது என்பதற்காக உயிருள்ளவரை கடும் முயற்சி எடுத்தார். அதற்காக தேசிய ஒருமைப்பாட்டு கவுன்சிலையும் கூட்டினார். காஷ்மீர் மக்களுக்காகவும் காஷ்மீரிகள் தனிமைப்பட்டு விடாமலிருக்க அவர்களுக்கு தன்னாட்சி உரிமை அளிக்க வேண்டுமெனவும் கடுமையாகப் போராடினார்.

உலக அரங்கிலும், உலகக் கம்யூனிஸ்ட் கட்சி அரங்கிலும், சிபிஎம் மதிப்புப் பெற அவரது பங்கு அளப்பரியது. 1987ஆம் ஆண்டில் அக்டோபர் புரட்சியின் 70வது ஆண்டு விழாவிற்கு யெச்சூரி, சுர்ஜீத், இ.எம்.எஸ். ஆகியோர் சென்றனர். அப்போது சுர்ஜீத் சோவியத் கம்யூனிஸ்ட் கட்சியின் தலைவர் கோர்பசேவைச் சந்தித்தபோது, சோவியத் எடுத்திருக்கும் புதிய பாதை தவறானது என்று நேருக்கு நேராக விமர்சித்தார். அவர் அஞ்சியது போல் 1989இல் சோவியத் நொறுங்கியது. சுர்ஜீத் மிகவும் வருந்தினார்.

கியூபா கடும் பொருளாதார நெருக்கடியை எதிர்கொண்ட போது சுர்ஜீத் உடனடியாகக் களத்தில் இறங்கி தானே முயன்று 5 கோடி

ரூபாய் பெருமானமுள்ள 10,000 டன் கோதுமையை ஒரு கப்பலில் அனுப்பி வைத்தார். அந்தக் கப்பல் ஹவானா வந்து சேர்ந்தபோது சுர்ஜீத்தும் பிடல் காஸ்ட்ரோவும் அங்கு அந்தக் கப்பலை வரவேற்றனர்.

விவசாயம், வனம், தோட்டத் தொழிலாளர் சர்வதேசத் தொழிற் சங்கத்தில் உறுப்பினராக இருந்த சுர்ஜீத் அதற்காகப் பல முயற்சிகள் எடுத்தார். சுர்ஜீத்தின் இன்னொரு முக்கியப் பங்களிப்பு இங்கிலாந்திலிருந்த இந்தியத் தொழிலாளர்கள் கழகத்தைப் பலப்படுத்தி அதற்கு வழிகாட்டியதாகும். அந்த அமைப்பில் ஏராளமான இந்தியர்கள் இருந்தனர். குறிப்பாகப் பஞ்சாபைச் சேர்ந்த தொழிலாளர்கள் இருந்தனர். அவரது உடல்நிலை அனுமதித்த காலம்வரை அந்த அமைப்புக்குத் தொடர்ந்து உதவினார் சுர்ஜீத்.

கடைசி வரை சோர்வின்றி உழைத்தார். 85 வயதிலும்கூட சுறுசுறுப்பாக இருந்தார். அவரது மனைவி அவரைவிட்டு அகலாது துணை நின்றார். இறுதிவரை விவசாயிகளுக்காகவும் விவசாயத் தொழிலாளர்களுக்காகவும் குரல் கொடுத்தார். ஒரு சிறந்த கம்யூனிஸ்டாகவும் சிறந்த மனிதராகவும் அறியப்பட்டவர் 2008 ஆகஸ்ட் 1 அன்று மரணமடைந்தார்.

●

என். சங்கரய்யா

எதிர்ப்பே வாழ்க்கை

இந்தியக் கம்யூனிஸ்ட் கட்சி (மார்க்சிஸ்ட்) மாநில மாநாடு தொடக்க விழா. விடுதலைப் போராட்ட வீரர்களின் தியாகத்துக்கு மரியாதை செலுத்தும் விதமாக பின்வரும் பாடல் ஒலிக்கிறது:

விடுதலைப் போரினில் வீழ்ந்த மலரே
தோழா தோழா
வீரர் உமக்கே வணக்கம் வணக்கம்
தோழா தோழா...

இப்பாடலுக்கு எழுந்து நின்று மரியாதை செலுத்திக் கொண்டிருந்தவர்களில் ஒரு மூத்த தலைவரும் இருந்தார். மிகுந்த உணர்ச்சிக் கொந்தளிப்போடு இருந்த அவர் கண்களிலிருந்து கண்ணீர் வழிகிறது. அதைப் பார்த்த அனைவரும் உணர்ச்சி வசப்பட்டனர்.

அவர் விடுதலைப் போராட்டத்தில் நேரடியாகப் பங்கேற்ற தோழர் சங்கரய்யா.

சங்கரய்யா 1922 ஆண்டு ஜூலை மாதம் 15 ஆம் தேதி கோவில் பட்டியில் பிறந்தார். வீட்டின் இரண்டாவது ஆண் குழந்தையான அவருக்கு முதலில் பிரதாப சந்திரன் என்று பெற்றோர் பெயர் வைத்திருந்தனர். இதை எதிர்த்து அவரது தாய் வழிப் பாட்டனார் தனது பெயரான சங்கரய்யா என்றுதான் வைக்க வேண்டுமென்று இரண்டு நாள் உண்ணாவிரதம் இருக்க, குழந்தையின் பெயர் அவர் விரும்பியவாறு மாற்றப்பட்டது. ஆக, தனது பெயரையே எதிர்ப்பால்தான் பெற்றார் சங்கரய்யா.

அவர் தூத்துக்குடியில் நகராட்சிப் பள்ளியில் படித்தபோது அங்கு கப்பலில் வந்திறங்கிய மோதிலால் நேருவுக்கு அளிக்கப்பட்ட வரவேற்பைக் கண்டு அதிசயித்தார். 1931ஆம் ஆண்டு பகத்சிங் தூக்கிலிடப்பட்டதை எதிர்த்து தூத்துக்குடி கொந்தளித்தது. அதையும் நேரில் கண்டார் சங்கரய்யா. இந்நிகழ்ச்சிகள் அவர்மீது பெரும் தாக்கம் செலுத்தின.

1928ஆம் ஆண்டில் ரயில்வே தொழிலாளர்கள் ஆட்குறைப்பை எதிர்த்து சிங்காரவேலர், முகுந்தலால் சர்க்காரின் தலைமையில் பெரும் வேலைநிறுத்தப் போராட்டம் நடந்தபோது அதையும் நேரில் கண்டு தாக்கம் பெற்றார் சங்கரய்யா.

1930இல் குடும்பம் மதுரைக்குக் குடிபெயர்ந்தது. அங்கு மூன்றாம் வகுப்பில் சேர்க்கப்பட்டார். சங்கரய்யாவின் பாட்டனார் ஈ.வெ.ராவால் ஈர்க்கப்பட்டவர். அவர் வீட்டுக்கு குடியரசு பத்திரிகை வந்தது. அதில் வந்த தோழர் சிங்காரவேலரின் கட்டுரைகளைத் தொடர்ந்து படித்து வந்தார் சங்கரய்யா. அதனால் அவருக்கு முற்போக்குச் சிந்தனைகள் ஏற்பட்டன.

1937இல் அவர் பள்ளியை முடித்து அமெரிக்கன் கல்லூரியில் இணைந்தார். அங்கு நடந்த ஒரு பேச்சுப்போட்டியில் 'நாடு வளர நாட்டின் வளர்ச்சிப்பாதை' என்ற தலைப்பில் சங்கரய்யா பேசியது பெரும் வரவேற்பைப் பெற்றது. அங்கு திருவனந்தபுரம் உட்படப் பல இடங்களிலிருந்து வந்து மாணவர்கள் தங்கிப் படித்தனர். அவர்கள் பலரும் தேசபக்தர்களாகவும், நாட்டையும், மக்களையும் நேசிப்பவர்களாக இருந்தனர். கல்லூரியில் அவர் கால்பந்து வீரராகவும் திகழ்ந்தார்.

மதுரையில் அரசியல் நிகழ்ச்சிப் போக்குகள் அனைத்தும் அமெரிக்கன் கல்லூரி மாணவர்களிடையே பிரதிபலிக்கும். காரசார விவாதம் நடக்கும். இதனால் தேசிய உணர்வு, தேசபக்த உணர்வு

போன்றவை அவர்களிடையே மேலோங்கின. மதுரையில் மீனாட்சி அம்மன் கோவிலில் தலித் ஆலய நுழைவு நடைபெற்றபோது சங்கரய்யா வாயிலில் நின்று நேரடியாகக் கண்டு மகிழ்ந்தார்.

அதன் பிறகு ராஜாஜி இந்தியைக் கட்டாயமாக்கியபோது மதுரைக்கு வந்த ராஜாஜிக்கு எதிராக நடந்த போராட்டத்தில் சங்கரய்யா கலந்து கொண்டு கறுப்புக் கொடி காட்டி எதிர்ப்பைத் தெரிவித்தார்.

1936இல் தமிழ்நாட்டில் பி. ராமமூர்த்தி, ஜீவா உள்ளிட்ட 9 பேரைக் கொண்ட முதல் கம்யூனிஸ்ட் கிளை உருவானது. மதுரையில் கே.பி.ஜானகியம்மாள், எஸ்.குருசாமி, ஏ.செல்லையா ஆகியோர் கம்யூனிஸ்ட் ஆதரவாளர்களாக இருந்தனர். அப்போது கேரளத்திலிருந்து ஏ.கே.கோபாலன், சுப்ரமணிய சர்மா போன்ற தலைவர்கள் கட்சியை வளர்க்க தமிழகத்துக்கு அனுப்பப்பட்டனர். அவர்கள் சங்கரய்யாவுடன் தொடர்பு கொண்டனர். சங்கரய்யா அவர்களை அழைத்துக் கொண்டு போய்த் தங்க வைத்துக் கூட்டங்கள் ஏற்பாடு செய்வார். தடை செய்யப்பட்ட Proletarian Path என்ற கம்யூனிஸ்ட் கட்சி ஏட்டை சங்கரய்யா படித்து மொழிபெயர்த்து மற்றவர்களுக்குக் கூறுவார்.

1938இல் மதுரையில் மாணவர் சங்கம் உருவானது. அதில் மோகன் குமாரமங்கலமும் சங்கரய்யாவும் உரையாற்றினர். சங்கரய்யா அதன் செயலாளராகத் தேர்ந்தெடுக்கப்பட்டார். சங்கம் பல பேரணிகளை நடத்தத் தொடங்கியது. உத்தமபாளையத்திலும் திண்டுக்கல்லிலும் அடுத்தடுத்து சங்கரய்யா மாணவர் சங்கத்தை உருவாக்கினார். அமெரிக்கன் கல்லூரி விழித்துக் கொண்டது. அவரை வெளியேற்ற முடிவெடுத்து சங்கரய்யாவை அழைத்து மாற்றுச் சான்றிதழ் பெறுமாறு நிர்ப்பந்தித்தது. அதைத் திரும்பப் பெறா விட்டால் வேலைநிறுத்தம் நடைபெறும் என சங்கரய்யா எச்சரிக்க, பின்வாங்கியது நிர்வாகம்.

இரண்டாவது உலகப்போரை எதிர்த்து சங்கரய்யா தலைமையில் இரண்டு நாட்கள் அமெரிக்கன் கல்லூரி மாணவர்கள் வேலை நிறுத்தம் செய்தனர். கல்லூரி முதல்வர் சங்கரய்யாவைக் கடுமையாக எச்சரித்தார். செப்டெம்பர் 4 அன்று மதுரைக்கு சுபாஷ் சந்திர போஸ் வந்தபோது சங்கரய்யா உள்ளிட்ட ஏராளமான மாணவர்கள் வரவேற்பிலும், கூட்டத்திலும் பங்கேற்றனர்.

1940இல் மதுரையில் முதல் கட்சிக் கிளை உருவானபோது அதில் சங்கரய்யா உள்ளிட்ட 9 பேர் கட்சி உறுப்பினராயினர். கட்சி ரகசியமாகச் செயல்படத் தொடங்கியது.

மதுரையில் கட்சி உறுப்பினர்களுக்குப் பயிற்சியளிக்க திருப்பரங்குன்றம் பகுதியில் வகுப்பு ஏற்பாடு செய்யப் பட்டிருந்தது. அதில் பேசிய ஏ.கே.கோபாலனின் உரையைத் தமிழாக்கம் செய்யும் பணி சங்கரய்யாவுக்கு வழங்கப்பட்டது. ஆனால் ஏ.கே.ஜி.யைக் கைது செய்ய போலீஸ் வரும் தகவல் கிடைத்ததும் அவரைப் பாதுகாப்பாக வெளியே அனுப்பி விட்டனர். முகாம் தொடர்ந்தது.

1941ஆம் ஆண்டில் அண்ணாமலைப் பல்கலைக்கழக மாணவர்கள் ஆங்கில ஆதிக்கத்துக்கெதிராகக் கொதித்தெழுந்தனர். அரசு தேசியப் பாதுகாப்புச் சட்டத்தைப் பயன்படுத்தி எஸ்.ராமகிருஷ்ணன், மீனாட்சி உள்ளிட்ட ஆறு மாணவ, மாணவியரைக் கைது செய்து சிறையில் அடைத்தது. அதற்கெதிராக மதுரையில் நடந்த பெரும் கூட்டத்தில் சங்கரய்யாவும் உரை நிகழ்த்தினார்.

சங்கரய்யா பின்வரும் துண்டுப் பிரசுரத்தை ஆங்கிலத்தில் எழுதி வெளியிட்டார்:

'மண்டைகள் உடைகின்றன. எலும்புகள் நொறுங்குகின்றன. அண்ணாமலைப் பல்கலைக்கழக வளாகத்தில் ரத்தம் ஆறாக ஓடுகிறது.'

பிரசுரம் வெளியானது. ஆங்கிலேய அரசு அமெரிக்கன் கல்லூரி மாணவர் விடுதியைச் சோதனையிட, அங்கு முக்கியத் தலைவர்களில் ஒருவரான நாராயணசாமியின் அறையில் பிரசுரப் பிரதி கைப்பற்றப்பட்டது. அவர் கைது செய்யப்பட்டார். விரைவில் தாமும் கைதாவோம் என்பது சங்கரய்யாவுக்குத் தெரிந்தது. அவர் தந்தை அவரை வழக்கறிஞராக ஆக்க விரும்பினார் என்பது தெரிந்தும், சங்கரய்யா தேச விடுதலை என்ற லட்சியம்தான் முக்கியம் என்று கைதை எதிர்நோக்கித் தயாராகிவிட்டார்.

பிப்ரவரி 28ஆம் நாள் காலையில் காவல் ஆய்வாளர் தீச்சட்டி கோவிந்தன் சங்கரய்யாவைக் கைது செய்தார். மதுரை மத்திய சிறையில் ரிமாண்ட் கைதியாக வைக்கப்பட்டார். மறுநாள் அவரை

விடுவிக்கக் கோரி மதுரையில் மாணவர்கள் பெரும் ஆர்ப்பாட்டம் பேரணி நடத்தினர். மதுரை மாவட்டம் முழுதும் மாணவர்கள் வேலைநிறுத்தம் செய்தனர். 15 நாட்களுக்குப் பின் அவர் வேலூருக்குக் கொண்டு செல்லப்பட்டார். ஆயிரக்கணக்கான மாணவர்கள் மதுரை ரயில்நிலையத்தில் கூடி முழக்கங்கள் எழுப்பி அவரை வழியனுப்பினர். பி.ஏ. தேர்வு எழுத 15 நாள் மட்டுமே இருந்த நிலையில் அவர் கைது செய்யப்பட்டதால், அவரது படிப்புக்கு முற்றுப்புள்ளி வைக்கப்பட்டு விட்டது.

வேலூரில் காங்கிரஸ், கம்யூனிஸ்ட் கைதிகள் ஏ, பி வகுப்புகளில் அடைக்கப்பட்டிருந்தனர். ஏ வகுப்பில் கட்டில், நல்ல உணவு வழங்கப்பட்டது என்றால் பி வகுப்பில் மறுக்கப்பட்டது. அனைவரும் உண்ணாவிரதத்தில் இறங்கினர். பத்தாம் நாள் கழித்து அங்கு வந்த அதிகாரி, சங்கரய்யா சற்றும் சோர்வடையாமல் தாய் நாவலைப் படித்திருந்ததைக் கண்டு வியந்து போனார். பிறகு அவர்களது கோரிக்கை ஏற்கப்பட்டு உணவை அவர்களே சமைத்துக் கொள்ள அனுமதிக்கப்பட்டது.

உள்ளே கம்யூனிஸ்டுகள் பல கிளைகளை அமைத்து வேலைகளைப் பிரித்துக் கொண்டனர். செய்திகளைக் கூட அவர்கள் வாரவாரம் பகிர்ந்து கொண்டனர். காலையில் உடற்பயிற்சி. பிறகு தலைவர்கள் தொடர்ந்து மார்க்சிய வகுப்புகள் எடுத்தனர். இந்தச் சிறைவாசம் சங்கரய்யாவுக்கு அரசியல் பள்ளியாகவே விளங்கியது. அவர் அனைத்து வகுப்புகளிலும் கலந்து கொண்டு குறிப்புகள் எடுத்துக் கொண்டார்.

இதில் எச்சரிக்கையடைந்த ஆங்கிலேய அரசு மாணவர்களைப் பிரித்து ராஜமுந்திரி சிறையில் அடைக்க முடிவெடுத்தது. அங்கும் பல கம்யூனிஸ்டுகளுடன் அவருக்குப் பழக்கம் ஏற்பட்டது.

பல மாதங்களுக்குப் பிறகு சங்கரய்யாவைத் தவிர மற்றவர்களை விடுவித்தது அரசு. அவர் தனியாகச் சிறையில் இருப்பதை அறிந்த காமராஜர் தலையிட்டு கடிதம் எழுதி அவரை வேலூர் சிறைக்கு மீண்டும் மாற்றச் செய்தார். அங்கு இருந்த பி.சீனிவாசராவ், எம்.ஆர்.வெங்கட்ராமன் போன்ற பல கம்யூனிஸ்டுகளுடன் நேரடியாகப் பழகும் வாய்ப்பு அவருக்குக் கிடைத்தது.

1942இல் நடந்த இரண்டாம் உலகப்போரில் சோவியத் தாக்கப்பட்டதும் கம்யூனிஸ்டுகள் இந்தப் போரில் பாசிச சக்தியை முறியடிக்க வேண்டிய கட்டாயத்தை உணர்ந்து அதை ஆதரிக்கும்

முடிவை எடுத்தனர். இதைத் தொடர்ந்து ஆங்கில அரசு கம்யூனிஸ்டு களை விடுவிக்கத் தொடங்கியது. அப்போது சங்கரய்யாவும் விடுதலை செய்யப்பட்டார். மதுரைக்கு வந்த அவருக்குப் பெரும் வரவேற்பு அளிக்கப்பட்டது. அவரை வீடுவரை விட்டு விட்டுப் பேரணி கலைந்தது. ஜூலை மாதம் கம்யூனிஸ்ட் கட்சி மீதான தடையை அரசு விலக்கிக் கொண்டது.

•

1942ஆம் ஆண்டு ஜூலை மாதத்தில் தென் பிராந்திய மாணவர் சம்மேளனத்தின் சிறப்பு மாநாடு சேலத்தில் நடைபெற்றது. இந்த மாநாட்டில் மாணவர் சங்கம் மாநில வாரியாகப் பிரிக்கப்பட்டது. அதில் சங்கரய்யா தமிழ்நாட்டின் பொதுச்செயலாளராகத் தேர்ந்தெடுக்கப்பட்டார். பி. ராமமூர்த்தியை சங்கரய்யா இங்குதான் முதன்முறையாகச் சந்தித்தார்.

அவர் முதன்முதலாகக் கலந்து கொண்ட கூட்டம் கையூர் தியாகிகளின் தூக்குத் தண்டனையை மாற்றக் கோரிய கூட்டம். அதில் அவர் ஆவேசமான உரை நிகழ்த்தினார். அடுத்தடுத்து தமிழகம் முழுதும் சுற்றுப்பயணம் மேற்கொண்டார்.

1942 ஆகஸ்ட் மாதம் 8 அன்று பம்பாயில் நடந்த அகில இந்திய காங்கிரஸ் கமிட்டி கூட்டத்தில் காந்தியடிகள் 'வெள்ளையனே வெளியேறு' என்ற இயக்கத்தைத் தொடங்கி, 'செய் அல்லது செத்து மடி' என்ற முழக்கத்தைக் கொடுத்தார். உடனடியாக அனைத்துத் தலைவர்களும் கைது செய்யப்பட, நாடே கொந்தளித்தது.

மதுரையில் சங்கரய்யா கல்லூரி முதல்வரின் எச்சரிக்கையையும் மீறி ஊர்வலம் சென்றார். திருநெல்வேலிக்குச் சென்ற சங்கரய்யா அங்கு போராடிக் கொண்டிருந்த மாணவர்களை ஒருமுகப்படுத்தும் பணியில் ஈடுபட்டார். சங்கரய்யா கேட்டுக் கொண்டும் செயிண்ட் ஜான், செயிண்ட் சேவியர் கல்லூரி முதல்வர் மாணவர்களை மிரட்ட, அவர்கள் கண்டனப் பேரணியாகக் கல்லூரிக் கதவை உடைத்துக் கொண்டு சென்றனர். அங்கு போலீஸ் கடும் தாக்குதல் தொடுக்க, சங்கரய்யா உட்பட அனைவரும் படுகாயம் அடைந்தனர். அவருக்கு வயிற்றிலும் விலா எலும்பிலும் பலத்த அடி. தோழர்கள் சித்த மருத்துவம் செய்து அனுப்பி வைத்தனர்.

அதைத் தொடர்ந்து சங்கரய்யா அக்டோபர் மாதம் கைது செய்யப்பட்டார். அங்கிருந்து வேலூர் சிறைக்கு

அனுப்பப்பட்டார். அங்கிருந்த காங்கிரஸ்காரர்களை கம்யூனிஸ்டுகள் மாற்றி விடுவார்கள் என்று அஞ்சி அரசு அவர்களை கண்ணனூர் சிறைக்கு அனுப்பியது. செல்லும் வழியிலெல்லாம் தோழர்கள் சந்தித்து வாழ்த்துத் தெரிவித்தனர்.

கண்ணூர் சிறையிலோ அவருக்கு மனதை உருக்கும் அனுபவம் காத்திருந்தது. அங்கு கையூர் தியாகிகள் நால்வரும் அரசின் இரக்கமற்ற தூக்குத் தண்டனைக்கு உட்படுத்தப்பட்டபோது அவர் அங்கிருந்தார். அங்கு அவர்களைச் சந்தித்த அகில இந்தியச் செயலாளர் ஜோஷி துக்கம் தாங்காமல் அழுதுவிட்டார். அவர்களோ வீரத்துடன் அவரை வழியனுப்பினர். அவர்களது தியாக வரலாறுதான் கன்னட மொழியில் நிரஞ்சனா எழுதிய நாவல். அதை பி.ஆர். பரமேஸ்வரன் நினைவுகள் அழிவதில்லை எனும் தலைப்பில் தமிழாக்கம் செய்தார்.

பின்னர் அவர்கள் தஞ்சாவூர் விசேஷ சிறைக்கு மாற்றப்பட்டனர். இங்கு கட்சியின் மாநிலச் செயலாளர் எம்.ஆர்.வெங்கட்ராமனைச் சந்தித்த ஆர்.வெங்கட்ராமன் தானும் முழுநேரக் கம்யூனிஸ்டாக மாறப் போவதாகக் கூறினார். ஆனால் அது நடக்கவில்லை. அவர்தான் பின்னர் குடியரசுத் தலைவராகவும் உயர்ந்தார். நீதியுடன் இருந்தார்.

1944இல் மகாத்மா காந்தி விடுதலை செய்யப்பட்டார். அதைத் தொடர்ந்து சங்கரய்யா உட்பட அனைவரும் விடுதலையாயினர். சில வாரங்களில் கூட்டப்பட்ட மாவட்டக்குழு சங்கரய்யாவை மாவட்டக் குழுச் செயலாளராகத் தேர்ந்தெடுத்தது. 1943 முதல் 1947 வரை மதுரையில் கம்யூனிஸ்ட் கட்சி வரலாற்றில் மிக முக்கியமான காலம். அடிப்படை துணி உட்பட ரேஷன் பொருட்களுக்குக் கட்சி பெரும் போராட்டம் நடத்திய காலம். தொழிற்சங்கங்களைக் கட்டிப் பெரும் போராட்டங்கள் நடத்தி வெற்றி கண்ட காலம். கலை, இலக்கியம் கொண்டு மக்களைக் கொந்தளிக்கச் செய்த காலம். அதில் சங்கரய்யாவின் பங்கு மிகத் தீவிரமான ஒன்று.

அப்போதுதான் சங்கரய்யா ஒரு புதிய உத்தியை உட்புகுத்தினார். தெரு முனைகளில் முதலில் கலை நிகழ்வு நடைபெற, கூட்டம் கூடியதும் சங்கரய்யா உரை நிகழ்த்துவார். இது பெரும் வரவேற்பைப் பெற்றது. அதிலெல்லாம் குருசாமி, ஐ.வி.சுப்பையா, எஸ்.குருசாமி, கே.பி.ஜானகியம்மாள் போன்றோரின் பங்கு மிகப்பெரிது. அங்கு ஒருமுறை வந்த மணவாளனிடம் சங்கரய்யா சுதந்திரப் போராட்டத் தியாகிகள்

குறித்துப் பாட்டெழுதுமாறு கேட்க, அவர் எழுதிய பாடல்தான் 'விடுதலைப் போரினில் வீழ்ந்த மலரே'. அந்த மணவாளன் பின்னர் கொல்லப்பட்டார். சங்கரய்யா அந்தப் பாடலைக் கேட்கும்போது ஏன் உணர்ச்சி வசப்பட்டார் என்பது இப்போது புரியும்.

1942 வெள்ளையனே வெளியேறு இயக்கத்தில் கம்யூனிஸ்டுகள் களம் கண்டனர். எனினும் 1944இல் காங்கிரஸ்காரர்கள் விடுதலை அடைந்ததும் கம்யூனிஸ்டுகளை அவர்கள் தாக்கத் தொடங்கினர். கம்யூனிஸ்டுகள் பொறுமை காத்தும் நாளுக்கு நாள் தாக்குதல் அதிகரித்தது. இதைக் கண்ட பொதுச்செயலாளர் பி.சி.ஜோஷி, திருப்பி அடிக்குமாறு அறைகூவல் விடுத்தார். 'ஓங்கிப் பிடித்தால் செங்கொடி, திருப்பி அடித்தால் தடியடி' என்று கம்யூனிஸ்டுகள் திருப்பித் தாக்க, இந்தத் தாக்குதல் நின்றது.

1945இல் மதுரை சேதுபதி உயர்நிலைப்பள்ளியில் நடந்த தமிழ்நாடு தொழிற்சங்க காங்கிரஸ் மாநாட்டுப் பணியில் சங்கரய்யா ஈடுபட்டிருந்தபோது அவரது தந்தை திடீரென மறைந்தார். ஊரே திரண்டு அஞ்சலி செலுத்தியது.

1946இல் கம்யூனிஸ்ட் கட்சிப் பொதுச்செயலாளர் பி.சி.ஜோஷி மார்ச் மாதத்தில் தமிழகத்தில் சுற்றுப் பயணம் செய்தார். குறிப்பாக மதுரையில் நடந்த கூட்டத்தில் சுமார் 1 லட்சம் பேர் கூடினர். வைகை ஆற்றில்தான் கூட்டம் நடத்த இடம் இருந்தது. அவர் பேசியதைத் தமிழாக்கம் செய்தவர் சங்கரய்யா.

அடுத்து மதுரையில் நடந்த தேர்தலில் காங்கிரஸ் வன்முறையை மீறி கம்யூனிஸ்ட் வேட்பாளர் 6 ஆயிரம் வாக்குகள் பெற்றார். இது வளர்ச்சியைக் காட்டியது.

அதே 1946 மார்ச் மாதத்தில் பம்பாயில் நடந்த கடற்படைப் புரட்சி இந்தியாவையே உலுக்கியது. அது கல்கத்தா, சென்னை என எங்கும் பரவியது. காங்கிரசும், முஸ்லிம் லீகும் ஆதரவளிக்க மறுக்க, கம்யூனிஸ்ட் கட்சி மட்டுமே ஆதரித்தது. இந்திய முழுதும் மக்கள் போராட்டம் நடந்தது. பம்பாயில் சாலைகளில் அரண் அமைத்து பொதுமக்கள் ஆயுதபாணி ராணுவத்தை எதிர்த்துப் போராடினர். இந்தப் போராட்டம் சுதந்திரப் போராட்டத்தில் ஒரு மறைக்கப்பட்ட வரலாறாகவே இருக்கிறது.

அந்தப் போராட்டத்தை ஆதரித்து சங்கரய்யா தலைமையில் மதுரையில் பெரும் பேரணி நடைபெற்றது. ஓர் ஆங்கில அதிகாரி அதைத் தடுக்க துப்பாக்கியைக் காட்டி மிரட்ட, சங்கரய்யா

முடிந்தால் சுடு என்று சவால் விடுத்தார். தன் பாச்சா பலிக்காது என்பதைக் கண்ட அதிகாரி ஓடி விட்டார்.

மதுரை ஹார்வி மில் தொழிலாளர்களின் சங்கம் அங்கீகாரம் பெற்றதையும், உணவு தானியப் பதுக்கலில் தலையிட்டு பதுக்கலைக் கைப்பற்றி கம்யூனிஸ்டுகள் மக்களுக்கு விநியோகித்ததையும் கண்டு கொதித்த சென்னை மாகாண அரசு அவர்களைப் பழி வாங்க மதுரை சதி வழக்கு என்ற ஒன்றை இட்டுக் கட்டிப் போட்டது.

பி.ராமூர்த்தியை முதல் குற்றவாளியாகவும், சங்கரய்யாவை இரண்டாவது குற்றவாளியாகவும் சுட்டி சதி வழக்கு புனையப் பட்டது. ஒரு நாள் கட்சி அலுவலகத்தில் வைத்து பிஆரும் வேறு சிலரும் மற்ற தொழிற்சங்கத் தலைவர்களைக் கொல்ல திட்டம் தீட்டினார்கள் என்பதுதான் இந்தப் பொய் வழக்குக்குக் கற்பிக்கப் பட்ட காரணம். அந்தச் சமயத்தில் அவர்கள் ஒரு காவல்துறை அதிகாரியைச் சந்தித்துப் பேசியதை அதே அதிகாரி கூண்டில் ஏறி சாட்சி சொல்லவும், சாட்சியாகப் போடப்பட்ட ஜட்கா வண்டிக்காரர் பொய் சாட்சியை ஏற்று கூண்டிலேயே அழவும் அரசு அம்பலப்பட்டது.

அன்று நள்ளிரவில் இந்தியச் சுதந்திரம். நேராக நீதிபதி ஹரீம் சிறைக்கே வந்து அவர்களை விடுவித்தார். அங்கிருந்து பேரணியாகக் கிளம்பியவர்கள் நள்ளிரவில் சுதந்திரத்தைக் கொண்டாடினர். வழியெல்லாம் நடந்த கூட்டங்களில் மக்கள் கோரிக்கையை ஏற்று உரையாற்றினர்.

அடுத்த சில நாட்களில் சங்கரய்யா செப்டம்பர் 18 அன்று புரட்சித் திருமணம் செய்தார். அவர் திருமணம் செய்த நவமணி புராட்டஸ்டண்ட் கிறிஸ்தவர். அவரது சகோதரரும் கம்யூனிஸ்ட். உறுதியாக நின்று சாதி, மத வேற்றுமையை முறியடித்துத் திருமணம் செய்தார் சங்கரய்யா.

இந்திய கம்யூனிஸ்ட் கட்சியின் இரண்டாவது மாநாடு கல்கத்தாவில் நடந்தது. அங்கு ஒரு அதிதீவிர பாதையைக் கட்சி தேர்ந்தெடுத்தது. சுதந்திரம் போலியானதென்றும், நேரு அரசைத் தூக்கியெறிய வேண்டுமென்றும் கட்சி தீர்மானம் போட்டது. பி.டி.ரணதிவே பொதுச்செயலாளராகத் தேர்ந்தெடுக்கப்பட்டார்.

மாநாடு நடக்கும்போதே தமிழகத் தலைவர்களைக் கைது செய்ய சிறப்புக் காவல்படை தமிழகத்திலிருந்து கல்கத்தா வந்தது.

சங்கரய்யா உள்ளிட்ட தமிழகத் தலைவர்களைத் தலைமறைவாக அழைத்துச் சென்று வெவ்வேறு ரயில்களில் தமிழகம் அனுப்பி வைத்தது கட்சி.

கட்சி எடுத்த நிலைப்பாட்டால் அரசு ஒடுக்குமுறையை ஏவியது. கட்சி தடை செய்யப்பட்டது. நாடு முழுதும் கட்சி, தொழிற்சங்க அலுவலகங்கள் சோதனையிடப்பட்டு ஆயிரக்கணக்கானோர் கைது செய்யப்பட்டனர். மதுரையில் கே.டி.கே.தங்கமணி, சாமிநாதன் போன்றோர் கைது செய்யப்பட்டனர். சங்கரய்யா தலைமறைவானார்.

•

கட்சி தடை செய்யப்பட்ட நிலையில் சங்கரய்யா தலைமறைவாக இருந்து இரண்டு ஆண்டுகாலம் செயல்பட்டார். மாரி, மணவாளன், இரணியன், ஜாம்பவான் ஓடை சிவராமன் போன்ற பல தோழர்கள் சுட்டுக் கொல்லப்பட்டனர். சேலம் சிறையில் தலைவர்களைக் கொல்லும் பொருட்டு நடத்திய துப்பாக்கிச் சூட்டில் 22 பேர் அவர்களைக் காப்பாற்றுவதற்காகக் குறுக்கே புகுந்து தியாகிகளானார்கள். உள்ளேயும் வெளியேயும் கம்யூனிஸ்டுகள் கடும் அடக்குமுறையை எதிர்கொண்டனர்.

தலைமறைவாக இருந்தபோதும் சங்கரய்யா தன் பணிகளைச் செவ்வனே செய்துவந்தார். கட்சியின் தொண்டர்களையும் அவர்களது குடும்பத்தாரையும் கவனித்துக்கொண்டார். ஸ்தாபன வேலைகளில் ஈடுபட்டார். நோயுற்றோரை நெருக்கடிக்கு மத்தியில் அழைத்துச்சென்று சிகிச்சை பெற வைத்தார். சில சமயம் வெளுப்பதற்காக வைத்திருந்த துணி மூட்டைகளுக்கு நடுவில் கூட மறைந்திருக்கும் நிலை ஏற்பட்டதால், சொறி, சிரங்கால் அவதிப்படவேண்டியிருந்தது. அதையும் மீறி அவர் செயல்பட்டார். மூன்று ஆண்டுகளுக்குப்பின் 1951இல் கைதானார்.

இந்தியக் கம்யூனிஸ்ட் கட்சி செல்லும் பாதை தவறானதென்று சர்வதேச கம்யூனிஸ்ட் அகிலத்தின் ஏட்டில் கட்டுரை ஒன்று வெளியானது. இது விவாதத்தைக் கிளப்பியது. இதைத் தொடர்ந்து மத்தியக்குழு கூட்டப்பட்டு விவாதங்கள் நடைபெற்றன. கட்சி தனது நிலைப்பாட்டை மாற்றிக் கொண்டது. ஆட்சியை ஆயுதம் மூலம் மாற்றுவது என்ற நிலைப்பாடு கைவிடப்பட்டது.

பின்னர் ஏ.கே. கோபாலன் தொடுத்த வழக்கில் ஒவ்வொருவராக விடுவிக்கப்பட்டனர். சங்கரய்யாவும் 6 மாதங்களுக்குப் பின்

விடுதலையானார். கட்சியைப் புனரமைக்கும் பணியை ஏற்ற பி.ராமமூர்த்தி மதுரைக்கு கே.டி.கே.தங்கமணியை அனுப்பி வைத்தார். பின்னர் தேர்தல் வரவும், பி.ஆர். மதுரையில் களம் கண்டார். பி.ஆர். சிறையில் இருந்த நிலையில் சங்கரய்யா மதுரை, திண்டுக்கல், வேடசந்தூர் தொகுதிகளில் சூறாவளியாகச் சுழன்றார். பி.ஆர். மகத்தான வெற்றி பெற்றார்.

அடுத்து தஞ்சை மாவட்டம் வள்ளுவக்குடியில் நடைபெற்ற சிறப்பு மாநாட்டில் சங்கரய்யா மாநிலக்குழுவுக்கும் செயற்குழுவுக்கும் தேர்ந்தெடுக்கப்பட்டார். 1953ஆம் ஆண்டில் மாநாட்டை மதுரையில் நடத்தத் தீர்மானிக்கப்பட்டது. இங்கும் சங்கரய்யா மாநிலக்குழுவுக்கும் செயற்குழுவுக்கும் தேர்வானார்.

1956இல் கன்னியாகுமரி தமிழகத்துடன் இணைந்தது. அதன் வெற்றிக் கொண்டாட்டத்தை கம்யூனிஸ்ட் கட்சி இரண்டு நாள் நடத்தியது. அதில் உரையாற்றியவர் சங்கரய்யா.

மூன்றாவது அகில இந்திய மாநாடு 1957இல் மதுரையில் நடைபெற்றது. பெரும் உற்சாகத்துடன் நடைபெற்ற இந்த மாநாட்டை சங்கரய்யாவை செயலாளராகக் கொண்ட மதுரை மாவட்டக்குழு சிறப்பாக நடத்தி முடித்தது.

பின்னர் அவர் மாநிலப் பொறுப்புக்காக மாவட்டக்குழுவிலிருந்து விடுவிக்கப்பட்டார். தமிழகத்தில் ‘ஜனசக்தி’ மாத இதழ் தொடங்கப்பட்டபோது அதன் பொறுப்பாசிரியராகச் செயல்பட்டார்.

முதன்முதலாகத் தேர்ந்தெடுக்கப்பட்ட கம்யூனிஸ்ட் ஆட்சி கேரளத்தில் 1957இல் மலர்ந்தது. அதன் முதல்வரானார் தோழர் இ.எம்.எஸ். நம்பூதரிபாட். அவர் தமிழகம் வந்து சுற்றுப்பயணம் மேற்கொண்ட போது அவருடன் சென்று அவரது உரைகளைத் தமிழாக்கம் செய்தார் சங்கரய்யா.

1962இல் இந்தியா சீனா போர் வெடித்தது. அதன் காரணமாக இந்தியா முழுவதும் கம்யூனிஸ்டுகளுக்கு எதிரான மனப்போக்கு ஏற்பட்டது. நூற்றுக்கணக்கான தலைவர்கள் கைதாயினர். சங்கரய்யா வேலூர் சிறையில் அடைக்கப்பட்டார். ஆறு மாதம் சிறையில் அவர்கள் இருந்தனர்.

இதற்கிடையில் கம்யூனிஸ்ட் கட்சிக்குள் இருந்த முரண்பாடு பெரிதாக வெடித்தது. முதலாளித்துவ காங்கிரசுடன் கூட்டுச் சேர்ந்து

சோஷலிசம் கொண்டு வர வேண்டும் என்று ஒரு தரப்பும், முதலாளித்துவ வர்க்கத்துக்கு எதிராகப் போராடி சோஷலிசம் கொண்டு வர வேண்டும் என்று இன்னொரு தரப்பும் முரண்பட்டன. தமிழகத்திலும் இந்த மோதல் வெடித்தது.

இந்த மோதல் முற்றி சிபிஐயில் இருந்து வெளியேறிய சிபிஐ(எம்)மில் இணைந்த பலரில் சங்கரய்யாவும் ஒருவர். உடனே மத்திய அரசு புதிய கட்சியின் மீது ஒடுக்குமுறையை ஏவியது. கேரளத்தில் அடுத்த ஆண்டு நடக்கவிருந்த தேர்தலில் கட்சி வெற்றி பெற்று விடக்கூடாது என்ற நோக்கமும் அதில் இருந்தது. சங்கரய்யாவுக்கு மீண்டும் 16 மாத காலம் சிறை.

அனைவரும் விடுதலையான பின் 1963இல் தொடங்கப்பட்ட தீக்கதிர் வார ஏடு கட்சியின் அதிகாரப்பூர்வ ஏடாக அறிவிக்கப்பட்டு அதன் ஆசிரியராக சங்கரய்யா நியமிக்கப்பட்டார்.

1967இல் நடந்த தேர்தலில் சங்கரய்யா மதுரை மேற்கிலிருந்து சட்டசபைக்குத் தேர்ந்தெடுக்கப்பட்டார். கம்யூனிஸ்ட் கட்சிக் குழுவின் துணைத் தலைவராக சங்கரய்யா இருந்தார். அவரது பேச்சு அனைவரையும் ஈர்த்தது. அவர் பேசினால் சிங்கம் கர்ஜிப்பது போல் இருக்கும். அவர் முழுமையாகத் தயார்படுத்திக் கொண்டு பேசுவதால் யாராலும் அவர் எடுத்து வைக்கும் வாதங்களை மறுக்க முடியாது. 11 ஆண்டுகாலம் உறுப்பினராக இருந்தபோது அவரது உரைகள் புயலைக் கிளப்பின. மதுரை மக்களுக்காகவும், தமிழக மக்களுக்காகவும் சட்டசபையில் குரல் கொடுத்தார்.

சட்டசபையில் அவரது கன்னிப்பேச்சே தமிழுக்கு உயிர் கொடுத்தோருக்கான அஞ்சலியாக இருந்தது. அந்த வகையிலும் இந்தித் திணிப்புக்கு எதிரான போராட்டத்தில் அடக்குமுறை கட்டவிழ்த்து விடப்பட்டுப் பலர் கொல்லப்பட்டதற்கு நீதி விசாரணை நடத்தக் குரல் கொடுத்தார் சங்கரய்யா.

நகரங்களில் மட்டும் இருந்த நியாய விலைக்கடைகளைக் கிராமங்களை நோக்கித் திருப்பிய பெருமை சங்கரய்யாவையே சாரும். 1977ஆம் ஆண்டில் எம்.ஜி.ஆர். முதல்வராக இருந்தபோது சங்கரய்யாவின் இந்தக் கோரிக்கையை ஏற்று நிறைவேற்றினார்.

ஆளுநர் உரை ஏற்கனவே அச்சாகி இருந்தது. சங்கரய்யாவோ அதன் கீழேயே இந்தக் கோரிக்கையைத் தனியாக அச்சடிக்கச் செய்து ஒட்ட வைத்து அந்த ஆண்டே அதை நிறைவேற்றவும் வைத்தார்.

1995இல் அவர் கடலூர் மாநில மாநாட்டில் மாநிலச் செயலாளராகத் தேர்ந்தெடுக்கப்பட்டு 2002 வரை செயல்பட்டார். ஏராளமான பிரச்சனைகளில் அவர் நிலையெடுத்துப் பேச வேண்டியிருந்தது. 1997இல் மதுரையில் தீண்டாமை ஒழிப்பு மாநாட்டையும் நடத்தியது கட்சி.

அவரது பங்கு விவசாய இயக்கத்திலும் மிகவும் பேசப்பட வேண்டியதாகும். விவசாயச் சங்கத் தலைவர் பி.சீனிவாசராவுடன் அவரும் பல பகுதிகளுக்குச் சென்று இயக்கத்தை வளர்ப்பதற்குப் பாடுபட்டார். அதன் மாநிலக்குழு உறுப்பினராகப் பல ஆண்டுகள் செயல்பட்டார். பின்னர் மாநிலத் தலைவராகவும் ஆனார். மத்தியக்குழுவுக்கும் தேர்வு செய்யப்பட்டார்.

இலக்கியப்பணியில் அவரது பங்கு குறிப்பிடத்தக்கது. சங்க இலக்கியங்களைக் கற்றவர் சங்கரய்யா. சங்க இலக்கியத்தையும், சமகால இலக்கியத்தையும் ஆழ்ந்து கற்பதை அவர் வலியுறுத்துவார்.

தமிழகத்தில் தமிழ்நாடு முற்போக்கு எழுத்தாளர் சங்கம் நெருக்கடி நிலையின் போது உருவாக்கப்பட்டது. அதன் உருவாக்கத்தில் ஒரு முக்கியமான பங்கை வகித்தவர் சங்கரய்யா. அது இன்று வேர் விட்டு ஆலமரமாக விரிந்து படர்ந்துள்ளது.

நாடகமோ, கவிதையோ, எந்த வடிவமாக இருந்தாலும், அதில் மக்களின் பிரச்சனைகள் பேசப்பட வேண்டும் என்பது அவரது கருத்து. ஆக, இலக்கியவாதிகளின் பொறுப்பு படைப்பதில் மட்டுமல்ல, அவர்களது போராட்டங்களில் நேரடியாக ஈடுபடவும் வேண்டும் என்பார்.

இன்று 101 வயதைக் கடந்த நிலையிலும், நேரடியாகக் கலந்து கொள்ள முடியா விட்டாலும், இளைஞர்களும், கட்சியினரும் அவரது வாழ்த்தைப் பெறுவதைத் தமது கடமையாகக் கொண்டுள்ளனர். 1964இல் சிபிஐ (எம்) கட்சியை உருவாக்கிய 32 தலைவர்களில் தோழர் சங்கரய்யாவும், அச்சுதானந்தனும் மட்டுமே தற்போது இருக்கின்றனர். கட்சியின் கொள்கை விழுமியங்களை இன்னும் உயர்த்திப் பிடித்தவாறு இருக்கிறார் சங்கரய்யா.

சமீபத்திய உதாரணம் ஒன்று. கம்யூனிஸ்ட் கட்சியின் மாநாட்டுக்கு முன் அதன் அறிக்கைகள் கீழ்மட்டத்திலிருந்து மேல்மட்டம் வரை படிக்கப்பட்டு, அவர்களது திருத்தங்கள் கோரப்படும். அவை

விவாதிக்கப்பட்டு அறிக்கை செழுமைப்படுத்தப்படும். அந்த வகையில் 2022இல் நடந்த அகில இந்திய மாநாட்டின் அறிக்கையைத் தமது மகனைக் கொண்டு படிக்கச் செய்து தமது கருத்துகளை வழங்கினார் சங்கரய்யா. இன்றைய அரசியல் நிலவரம்வரை அவருக்கு அத்துப்படியாக இருக்கிறது.

லட்சியப்பற்று, எளிய வாழ்க்கை, தோழமைக்குப் பணிவு, பரிவு என ஒட்டுமொத்தப் பண்புகளுக்கு உதாரணம் சங்கரய்யா. இளைஞர்களுக்கு அவர் என்றென்றும் வழிகாட்டி. தற்போது மத்திய சென்னை செயலாளராக இருக்கும் தோழர் செல்வாவுடன் அவர் தமிழகச் சுற்றுப் பயணம் மேற்கொண்டதையும், அதில் அவர் பெற்ற அனுபவங்களையும் செல்வா எழுதியிருக்கிறார். சங்கரய்யாவின் பண்பு அதில் வெளிப்படும்.

கடந்த வருடம் முதல் தகைசால் தமிழர் விருதை முதல்வர் நேரடியாக அவரது வீட்டுக்கே சென்று வழங்கினார். விருதை ஏற்றாலும், பணத்தை முதல்வரின் நிவாரண நிதிக்கு அளித்து விட்டார் சங்கரய்யா. இந்த ஆண்டு தோழர் நல்லகண்ணுவும் அதே வழியில் 501 ரூபாய் சேர்த்து திரும்பவும் வழங்கிவிட்டார். கம்யூனிஸ்டுகளின் பண்பை இருவரும் வெளிப்படுத்தியுள்ளனர்.

சிம்மக்குரலோனின் குரல் அரசியல் களத்தில் ஓங்கி ஒலித்துக் கொண்டிருக்கிறது. செவ்வணக்கம் தோழர் சங்கரய்யா!

•

கோதாவரி பருலேகர், ஷாம்ராவ் பருலேகர்

விடுதலைப் போராளிகள்

1945ஆம் வருடம் அக்டோபர் 10ஆம் தேதி. மகாராஷ்டிரம் தல்வாடாவில் அன்று கோடிதாய் உரையாற்றப் போவதாகவும் அவர் உயிருக்கு ஆபத்து என்றும் 1500 மைல் சதுரப்பரப்பில் வாழ்ந்த வார்லி பழங்குடியினருக்கு நிலப்பிரபுக்கள் பொய்ச்செய்தி அனுப்பிவிட்டு, அவர்கள் கலவரம் செய்யப்போவதாக போலீசுக்கும் தகவல் கொடுக்கின்றனர்.

உடனடியாக கோடித்தாயைப் பாதுகாப்பதற்காக 30000 பழங்குடியினர் தமது பாரம்பரிய ஆயுதங்களுடன் அங்கு குழுமி விட்டனர். அவர்களைக் கலைக்க சுற்றிச் சுற்றி போலீஸ் துப்பாக்கிச்சூடு நடத்த, செங்கொடியை வீழ்த்த போலீஸ் முயற்சிப்பதாக நினைத்துத் தமது உயிரைக் கொடுத்துக் காத்தனர் பழங்குடி மக்கள். துப்பாக்கிக் குண்டுகள், உயிரிழப்புகள், படுகாயங்கள் அவர்களைக் கலைய வைக்க முடியவில்லை.

இது தவறான செய்தி என்றும் கலையுமாறும் செங்கொடித் தலைவர்கள் வந்து கூறிய பிறகுதான் அவர்கள் கலைந்து சென்றனர்.

அவர்களை இந்த அளவுக்கு உரமேற்றி வைத்திருந்தவர், கோடித்தாய் என்று அவர்கள் அன்புடன் அழைத்த கோதாவரி பருலேகர்.

1907 ஆகஸ்ட் 14 அன்று பூனே நகரில் ஒரு வசதியான குடும்பத்தில் பிறந்தார். அவரது தந்தை ஒரு புகழ்பெற்ற வக்கீல், சுதந்திரப் போராட்ட வீரர் கோபால கிருஷ்ண கோகலேவின் ஒன்றுவிட்ட சகோதரர். கோதாவரி பூனேவில் பர்குசான் கல்லூரியில் அரசியலும் பொருளாதாரமும் படித்தார். அவருடன் படித்த பலர் பின்னர் சோஷலிஸ்ட் கட்சியில் சுதந்திரப் போராட்டத் தலைவர்களாக இருந்த எஸ்.எம்.ஜோஷி, என்.ஜி.கோரே, அச்சுதராவ் பட்வர்தன் போன்றோர்.

கோதாவரி பருலேகர் சட்டம் படித்த மகாராஷ்டிராவின் முதல் பெண் என்ற பெருமை பெற்றவர். அவரை வக்கீலாக்கிவிட அவரது தந்தை முயன்றார். ஆனால் கோதாவரியோ அதை ஏற்காமல் சுதந்திரப் போராட்டத்தில் தம்மை வீரியமாக ஈடுபடுத்திக் கொண்டவர், 1932இல் தனிநபர் சத்தியாகிரகத்தில் பங்கேற்றுச் சிறை சென்றார். சிறையிலிருந்து திரும்பியவரை மிதவாதியான அவரது தந்தை வீட்டுக்குள் அனுமதிக்க மறுக்க, கோதாவரி மும்பை சென்று கோபால கிருஷ்ண கோகலே தொடங்கிய இந்தியச் சேவையாளர்கள் சமூகத்தில் தம்மை ஈடுபடுத்திக் கொண்டார். இந்த அமைப்பில் அனுமதிக்கப்பட்ட முதல் பெண்ணும் கோதாவரிதான்.

பின்னர் அவர் மணந்து கொண்ட ஷாம்ராவும் அதே அமைப்பில் இருந்தார். சிறிது சிறிதாக மார்க்சியத்தை உள்வாங்கத் தொடங்கிய கோதாவரியும், ஷாம்ராவும், மெதுவாக வர்க்க உணர்வைப் பெறத் தொடங்கினர். பிரிட்டிஷிடமிருந்து சுதந்திரம் பெறுவது மட்டும் போதாது, மாறாக அது பொருளாதார, சமூக, அரசியல் நீதியை உழைக்கும் மக்களுக்குப் பெற்றுத் தர வேண்டுமென்று அவர்கள் கருதினர். எனவே அது அவர்களைக் கீழ்த்தட்டு மக்களுக்கான போராட்டத்தில் ஈடுபட வைத்தது.

கோதாவரியைப் பற்றிப் பேசும்போது, அவரது இணையரான ஷாம்ராவைப் பிரித்துப் பார்த்துப் பேசுவது கடினம். இருவரும் இரட்டைக் குழல் துப்பாக்கியைப் போன்று செயல்பட்டவர்கள்.

ஷாம்ராவ் பருலேகர் கர்நாடக மாநிலம் பிஜபூரைச் சேர்ந்த ஒரு நிலப்பிரபுத்துவக் குடும்பத்தில் பிறந்தவர். அவரது தந்தை மாவட்ட நீதிபதியுமாவார். தந்தை அவரை இங்கிலாந்து சென்று

சட்டம் படிக்க வேண்டுமென்று விரும்பினார். ஆனால் அதை மறுத்த ஷாம்ராவ் பம்பாயில் சட்டம் பயின்றார். பிறகு முழுநேர ஊழியராக இந்திய சமூக சேவகர்கள் அமைப்பில் இணைந்து விட்டார். அவரது தந்தை எந்த சொத்தும் தரமாட்டேன் என்று மிரட்ட, தானே தனது சொத்துக்களை வேண்டாமென்று கூறி ஆவணங்களை முன்கூட்டியே அனுப்பிவிட்டார் ஷாம்ராவ்.

ஷாம்ராவ் முதலில் மும்பையில் ஜவுளித் தொழிலாளர்கள், தோல் தொழிலாளர்களிடையே பணி செய்தார். 1934-38 களில் பெரும் வேலைநிறுத்தப் போராட்டங்களுக்குத் தலைமை தாங்கினார் ஷாம்ராவ்.அப்போது அவர் அகில இந்தியத் தொழிற்சங்க மையத்தின் இணைச் செயலாளராகத் தேர்ந்தெடுக்கப்பட்டார்.

1937-39 காலகட்டத்தில் தவறான எடை, அதிக வாரம் போன்ற நிலப்பிரபுக்களின் கொடுமைகளை எதிர்த்து விவசாயிகள் போராட்டத்தில் குதித்தனர். போராட்டம் வென்றது. ஷாம்ராவ் தலைமையில் ஷேத்காரி சங்கம் உருவானது.

விம்கோ தொழிற்சாலை போராட்டத்தில் ஷாம்ராவ் பேசியதால் கொதித்துப் போன உள்ளூர் தலைவர்கள் மகாத்மா காந்தியிடமே குற்றச்சாட்டை எழுதினர். அவரும் என்.எம்.ஜோஷியிடம் விளக்கம் கேட்க, அவர் ஷாம்ராவ் பேசியது சரியே என்று உறுதியாக பதில் கொடுத்து விட்டார்.

1930களின் மத்தியில் அவர் அண்ணல் அம்பேத்கரின் சுதந்திரத் தொழிலாளர் கட்சியில் இணைந்தார். அது அவரை சாதி எதிர்ப்புப் போராட்டத்தில் குதிக்க வைத்தது. பின்னர் அவர் வர்க்கப் போராட்டத்தில் குதித்து கம்யூனிஸ்ட் ஆகிவிட்டாலும், அண்ணலுக்கும், அவருக்கும் இடையேயான பிணைப்பு இறுதி வரை நீடித்தது. அம்பேத்கர் கட்சியின் சார்பில் அவர் பம்பாய் சட்டசபைக்கு 1937இல் தேர்ந்தெடுக்கப்பட்டார்.

பம்பாய் சட்டசபையில் அண்ணல் அம்பேத்கர் கோட்டி (வெட்டி உழைப்பு) முறையை ஒழிக்குமாறு சட்ட முன்வடிவை சமர்ப்பித்தார். ஷாம்ராவ் அதற்கு ஆதரவாக 10,000 விவசாயிகளை ரத்னகிரியிலிருந்து திரட்டி சட்டசபைக்கு முன் பெரும் பேரணியை நடத்தினார். அது பின்னர் சட்டமாகி அந்த முறையை சட்டப்பூர்வமாக ஒழித்தது.

இங்கு குறிப்பிடப்பட வேண்டிய விஷயம், அப்போராட்டத்தில் கலந்து கொண்ட மற்ற தலைவர்கள் ஆர்.பி.மோரே, நாராயண் நாகு

பாடில் ஆவர். அவர்களும் பின்னர் அம்பேத்கரின் கட்சியிலிருந்து விலகி கம்யூனிஸ்ட் ஆனவர்கள். மோரேதான் அண்ணலை மகத சத்யாகிரகத்துக்கும், சவுதார் சத்யாகிரகத்துக்கும் அழைத்துச் சென்றவர். சிபிஐ(எம்)மின் வார ஏடான ஜீவன் மார்க்கைத் தொடங்கியவரும் அவரே. இறுதி வரை இவர்களுக்கும் அண்ணல் அம்பேத்கருக்கும் இடையே சிறந்த உறவு நிலவியது.

கோதாவரி மும்பையில் 1937-38இல் முதியோர் கல்விப் பணியில் தம்மை ஈடுபடுத்திக் கொண்டார். அதுதான் அநேகமாக மகாராஷ்டிராவின் முதல் முறையான முதியோர் கல்வி இயக்கம். முதல்வர் அவரை மாநில முதியோர் கல்வித் துறை ஒன்றை அமைத்து அதன் தலைவராகுமாறு கோதாவரியை அழைத்தார். கோதாவரியோ, 'விலை போகாத சிலரும் இருக்கிறார்கள்' என்று கூறி மறுத்து விட்டார்.

பின்னர் கோதாவரி தொழிற்சங்க இயக்கத்தில் ஒரு புதிய அமைப்பை உருவாக்கினார். அது வீட்டுவேலை செய்யும் தொழிலாளர்களின் இயக்கம். 1938இல் நவம்பர் 7 அன்று வீட்டுவேலை செய்பவர்கள் 10,000 பேரைத் தொழிலாளர் விரோத கருப்புச் சட்டத்தை எதிர்த்து ஒன்றுதிரட்டி மும்பை சட்டசபைக்கு முன்னால் பெரும் ஆர்ப்பாட்டத்தில் ஈடுபட்டார். இதில் அண்ணல் அம்பேத்கரின் கட்சியும் பங்கேற்றது. 1938-39இல் கோதாவரி கல்யாண் விவசாயிகளை அணிதிரட்டுவதில் ஈடுபட்டார்.

மே 24, 1939இல் ஷாம்ராவ் பருலேகரை மணந்தார் கோதாவரி. அடுத்த 25 ஆண்டுகளுக்கு மேல் அவர்களது அந்த குறிப்பிடத்தக்க அரசியல், குடும்ப உறவு நீடித்தது.

போராட்டங்கள், இயக்கங்கள் கொடுத்த ஏராளமான அனுபவங்களின் மூலமாக, அவர்கள் கம்யூனிஸ்ட் கட்சியின்பால் ஈர்க்கப்பட்டனர். பிற இயக்கங்களுக்கு வரம்புகள் உள்ளேயே இருப்பதை உணர்ந்ததால் அவர்கள் இருவரும் கம்யூனிஸ்ட் கட்சியில் இணைந்தனர். இரண்டாம் உலகப் போர் தொடங்கியது இந்திய சேவகர்கள் அமைப்புக்கு முடிவு கட்டியது.

பிரிட்டிஷின் போர் முயற்சியை கோதாவரியும், ஷாம்ராவும் கடுமையாக எதிர்த்தனர். போர் எதிர்ப்புப் போராட்டத்தில் களம் கண்டனர். விரைவில் அதற்காக ஷாம்ராவ் கைது செய்யப்பட்டார். அதே நேரத்தில் நடந்த ஜவுளித் தொழிலாளர் போராட்டத்தை

கோதாவரியும், மற்ற தலைவர்களும் சேர்ந்து 40 நாட்கள் உறுதியாக நடத்தினர். சற்று காலத்தில் கோதாவரியும் போர் எதிர்ப்புக்காக சிறையில் அடைக்கப்பட்டார். 1940இலிருந்து 42 வரை அவர்கள் மற்ற கம்யூனிஸ்டுகளுடன் சிறையில் அடைக்கப்பட்டனர்.

1942இல் விடுதலை செய்யப்பட்டதும், இருவரும் விவசாயிகளை அணிதிரட்ட முழுமையாக ஈடுபடுவதற்கு முடிவெடுத்தனர். உயிர் வாழ்ந்த வரை அதில் ஈடுபட்டனர். இந்நாட்டில் 70 சதம் விவசாயம் சார்ந்து மக்கள் இருப்பதால் அவர்களை கிசான் சபா, கம்யூனிஸ்ட் கட்சிக்குள் கொண்டு வர வேண்டும். சீனாவில் மாவோ அப்படித்தான் செய்தார். விவசாயிகளை அரசியல் விழிப்புணர்வு பெறச் செய்யாவிட்டால் புரட்சி சாத்தியமல்ல என்பது அவர்களது வாதம்.

அகில இந்திய கிசான் சபா ஷாம்ராவை மகாராஷ்டிர மாநில கன்வீனராக நியமித்திருந்தது. 1942இல் ஷாம்ராவும், கோதாவரியும் பல மாவட்டங்களுக்குச் சென்று விவசாயிகளின் போராட்டங்களுக்கு உத்வேகமூட்டினர்.

அகில இந்திய கிசான் சபாவின் ஏழாவது மாநாட்டில் ஷாம்ராவ் மத்திய கவுன்சிலுக்குத் தேர்வானார். எட்டாவது மாநாட்டில் பொருளாளராகத் தேர்வானார். பிறகு இணைச்செயலாளர் அல்லது துணைத் தலைவராக இறுதிவரை செயல்பட்டார். கோதாவரியும், ஷாம்ராவும் பி.சுந்தரய்யா, எம்.பசவபுன்னையா போன்ற தலைவர்களைச் சந்தித்து தமது வாழ்வில் இறுதிவரை நெருக்கமான உறவைப் பேணினர்.

●

ஷாம்ராவும் கோதாவரியும் மகாராஷ்டிர மாநில கிசான் சபாவை அமைப்பதென்று முடிவெடுத்தனர். விவசாயிகளைத் திரட்டுவதற்காக கோதாவரி மற்ற தொண்டர்களுடன் சேர்ந்து 700 கிராமங்களுக்கு நடந்தே சென்று சுமார் 160 கூட்டங்களில் உரையாற்றினார். 1945 ஜனவரி 7 அன்று டிட்டிவாலாவில் நடந்த மாநாட்டில் 7000 பேர் கூடினர்.

அங்குதான் முதன்முதலாக வார்லி பழங்குடியினர் செங்கொடியுடன் இணைந்தனர். விவசாயச் சங்கத் தொண்டர்கள் அவர்களது கிராமத்துக்குச் சென்றிருந்த போது சந்தித்த பிரச்சனைகளை அவர்கள் எடுத்துரைத்தனர். நிலப்பிரபுக்களுக்கு

இலவசமாக உழைக்க வேண்டும். சாட்டையடி போன்ற கடும் தண்டனைகளை எதிர்கொள்ள வேண்டும். திருமணம் செய்த பெண்ணை முதலில் நிலப்பிரபுவிடம் சில நாள்கள் அனுப்ப வேண்டும், அதன்பிறகுதான் அவள் கணவனிடம் அனுப்பப் படுவாள். அது மட்டுமல்ல, அவன் பெற்ற கடனுக்குப் பெண்ணையும் குடும்பத்தையும் அடிமையாக்கவேண்டும்.

ஒருமுறை தண்டனையாக ஒரு வார்லி மனிதரை மாட்டுக்குப் பதில் ஏரில் கட்டி இழுக்க, அவர் அங்கேயே மரணமடைந்தார். இன்னொரு முறை ஒரு வார்லியை எரியும் நெருப்பில் தூக்கிப் போட்டுக் கொன்றனர். கேட்க நாதியில்லை. இப்படி எண்ணற்றவர்கள் மனிதாபிமானமற்ற நிலையில் நடத்தப் பட்டனர். அவர்களைச் செங்கொடித் தொண்டர்கள் மாநாட்டில் கலந்து கொள்ள அழைத்தனர்.

மாநாட்டில் பேசிய ஒரு வார்லி, தமது நிலையை உடைந்த குரலில் எடுத்துரைக்க, மாநாடே அதிர்ந்துபோனது. நாங்கள் உங்களுடன் இருக்கிறோம், எதிர்த்துப் போராடுங்கள் என்று மாநாடு உரத்துக் குரல் கொடுத்தது. வார்லிக்கள் அங்கிருந்த சில செங்கொடிகளை எடுத்துக் கொண்டு கம்பீரமாக, உறுதியுடன், துணிவுடன் திரும்பினர். மாநாடு கொடுத்த துணிவில் அனைவரும் ஒன்றிணைய நிலப்பிரபுக்கள் நடுநடுங்கினர்.

இந்தப் போராட்டத்தை வழிநடத்தவும், புதிய பழங்குடித் தலைவர்களை உருவாக்கவும், கோதாவரியும், ஷாம்ராவும் களத்தில் இறங்கி வேலை செய்தனர். அது மேலும் மேலும் உத்வேகமூட்டியது. அதிர்ந்த அரசு அவர்களை அந்த மாவட்டத்துக்குள்ளேயே நுழையத் தடை விதித்தது.

எனினும், அதற்குள் பழங்குடித் தலைவர்கள் தமது தலைவியின் வழிகாட்டுதலில் தாமே தலைவர்களாக உருவெடுத்து விட்டனர். அதுதான் தலைமையின் பண்பு. அரசு ராணுவத்தையும் போலீசையும் அனுப்பி ஒடுக்க முயன்றது. அப்போதும் மக்கள் தயங்கவில்லை. அரசும் நிலப்பிரபுக்களும் கட்டவிழ்த்துவிட்ட அடக்குமுறையில் இதுவரை 60 பேர் உயிர்த்தியாகம் செய்துள்ளனர். எனினும் 70 ஆண்டுகளுக்குப் பிறகு இன்றும் அவர்களது உறுதி தொடர்கிறது.

1953இல் ஷாம்ராவும் கோதாவரியும் மீண்டும் அங்கு சென்றனர். ஆயிரக்கணக்கான வார்லிக்கள் அவர்களை வரவேற்க மும்பை

மகாலக்ஷ்மியில் கூடினர். ஷாம்ராவ் நெகிழ்ந்து போய் அமைதியாய் உட்கார்ந்துவிட்டார். 'எழுச்சியுடன் கூடியிருக்கும் இந்த மக்கள் முன்னால் நீயும் நானும் எவ்வளவு சிறியவர்கள்!' இதுதான் அவர்களது எளிமை. எல்லாவற்றுக்கும் நாங்கள்தான் காரணம் என்று மார்தட்டிக்கொள்ளவில்லை.

கோதாவரியும் ஷாம்ராவும் பழங்குடியினருக்குக் கல்வியும், அரசியல் கல்வியும் ஊட்ட கவனம் செலுத்தினர். மார்க்சியத்தைக் கற்றுக் கொடுத்தனர்.

1954 ஜூலை 24 முதல் ஆகஸ்ட் 3 வரை தாத்ரா, நாகர்ஹவேலியை போர்ச்சுகீசியர்களிடமிருந்து விடுவிக்க கம்யூனிஸ்ட் கட்சித் தலைமை களத்தில் இறங்கியது. இந்தப் போராட்டத்துக்கு கோதாவரியும் ஷாம்ராவும் நேரடியாகத் தலைமை தாங்கினர். அவர்களது அழைப்பில் ஏராளமான வார்லிக்களும் விடுதலைப் போரில் பங்கேற்றனர்.

தஹானு மாவட்டத்தில் கிசான் சபாவின் 13வது மாநாட்டை சிறப்பாக நடத்திக் காட்டினர் பருலேகர்கள். அதில் மாபெரும் தலைவர்கள் பங்கேற்றனர். பெரும் பேரணியைக் கண்டு அனைவரும் உற்சாகமடைந்தனர்.

அதன்பிறகு சம்யுக்த மகாராஷ்டிரம் உருவாவதற்காக 1956இலிருந்து 1960 வரை ஒரு பெரும் எழுச்சி நடந்தது. இந்தப் போராட்டத்தில் 1200 பழங்குடி மக்கள் கொடும் சித்ரவதையை அனுபவித்தனர்.

1957இல் ஷாம்ராவ் தாணா மாவட்டத்திலிருந்து லோக்சபாவுக்குத் தேர்வானார். அடுத்த ஐந்தாண்டுகளுக்கு அவரது துணிவுமிக்க குரல் அங்கு ஒலித்தது.

1958இல் நிலத்துக்கான போராட்டம் மிகப்பெரிய அளவில் மகாராஷ்டிராவில் நடந்தது. அதில் அண்ணல் அம்பேத்கரின் உண்மையான தொண்டர்கள் நீல வண்ணக் கொடியுடன் ஷாம்ராவ், கோதாவரி, நானா பாடில், ஆர்.பி.மோரே போன்ற செங்கொடித் தலைவர்களின் தலைமையில் ஒன்று சேர்ந்தனர். அவர்கள் பலத்தைக் கண்டு அரசு பணிந்துபோனது.

1960இல் பருலேகர்கள் வன நிலங்களைப் பழங்குடியினருக்கு பட்டா போட்டுத் தர வேண்டுமென்ற கோரிக்கையுடன் களம் கண்டனர். ஆயிரக்கணக்கான ஆண்டுகளாக விவசாயம் செய்யும்

பழங்குடியினருக்கு நிலம் சொந்தமில்லை. இன்றுவரை இந்தப் போராட்டம் தொடர்கிறது.

பிறகு நடந்த உட்கட்சிப் பிரச்சனையில் கட்சி இரண்டாகப் பிரிந்தது. பருலேகர்களின் தலைமையில் தாணா மாவட்டக் கட்சி முழுவதும் சிபிஎம் கட்சியைத் தழுவியது.

கட்சி பிரிந்த நிலையில் ஏராளமான தலைவர்கள் கைது செய்யப் பட்டனர். ஷாம்ராவ் மும்பை ஆர்தர் ரோட் சிறையில் 1964 ஆகஸ்ட் 3 அன்று பெரும் மாரடைப்பு ஏற்பட்டு மரணமடைந்தார். இரட்டைக் குழல் துப்பாக்கியில் ஒரு குழல் நிரந்தரமாக ஓய்வுக்குச் சென்றுவிட்டது. உடைந்து போனார் கோதாவரி.

சிபிஐஎம் பொதுச்செயலாளர் பி.சுந்தரய்யாவும், அவரது மனைவி லீலாவதியும் நேரடியாக மும்பை சென்று கோதாவரியுடன் ஒருவாரம் தங்கியிருந்து, ஆறுதல் கூறினர். மகாராஷ்டிரா கட்சிக்கு அவரது மறைவு ஒரு பெரும் வெற்றிடத்தை ஏற்படுத்தி விட்டது.

இங்கு குறிப்பிடப்பட வேண்டிய விஷயம், தமது வாழ்க்கையை கம்யூனிஸ்ட் கட்சிக்கும் பழங்குடியினரின் விடுதலைக்கும் அர்ப்பணித்த ஷாம்ராவும், கோதாவரியும், தமக்குக் குழந்தை தேவையில்லை என்று முடிவெடுத்திருந்தனர்.

அதன் பிறகு ஷாம்ராவுக்கு அஞ்சலி செலுத்தும் வகையில் கோதாவரி சிறையிலிருந்தே வார்லி பழங்குடி இனத்தவரின் போராட்டத்தை விளக்கி ‘மனிதர்கள் விழிப்படையும் போது’ என்ற பெரும் காவியத்தை இயற்றினார். அந்தப் புத்தகத்துக்குப் பின்னர் சாகித்ய அகாடமி விருது வழங்கப்பட்டது. இன்று படித்தாலும் நெகிழ்ச்சியும் கோபமும் கண்ணீரும் பொங்கும் உன்னதமான படைப்பு அது.

1966 ஏப்ரல் 30 அன்று விடுதலையான கோதாவரி கட்சிப் பணியிலும் கிசான் சபா பணியிலும் தன்னை முழுவதுமாக ஈடுபடுத்திக் கொண்டார். 25 ஆண்டுகளுக்குச் சோர்வின்றிப் பணியாற்றியவர், வயது மூப்பு காரணமாக 1992இல் சென்னையில் நடந்த 14வது கட்சி மாநாட்டில் பொறுப்புகளைத் துறந்தார்.

1995இல் தாணா மாவட்டத்தில் சிபிஐஎம்-ன் 15 வது மாநாட்டை ஒட்டி மாபெரும் பேரணி நடைபெற்றது. இது வார்லி பழங்குடி மக்கள் போராட்டத்தின் 50வது ஆண்டு நிறைவாகவும் அமைந்தது. 88 வயதான கோதாவரி அதில் தமது பழங்குடி மக்களுடன்

பங்கேற்றார். அவருக்கு சிபிஐஎம்மின் பொதுச்செயலாளர் சுர்ஜீத் புகழ்மாலை சூட்டினார்.

பதினைந்தாவது மாநாட்டில் கோதாவரி கலந்து கொள்ளவில்லை. தமது உயிலைத் தயாரித்த கோதாவரி தமக்கும் ஷாம்ராவுக்கும் கட்சிதான் உயிர் என்றும் அதுதான் தமது வாரிசு என்றும் கூறித் தமது சொத்துக்கள் அனைத்தையும் கட்சிக்கு எழுதி வைத்தார். சிபிஐஎம் மட்டுமே உழைக்கும் மக்களை விடுவிக்கும் என்று உறுதியாக எழுதினார்.

1996 அக்டோபர் 8 அன்று அந்த மாபெரும் போராளி மரணத்தைத் தழுவினார். ஐம்பத்தொரு ஆண்டுகளுக்கு முன் எந்த இடத்தில் பழங்குடிப் போராட்டத்தில் ஐந்து பழங்குடியினர் தமது உயிரை ஈந்தனரோ அதே அக்டோபர் 10 அன்று அதே இடத்தில் கோதாவரியின் புகழுடல் எரியூட்டப்பட்டது.

அசோக் தாவ்லே உரையாற்றுகிறார் (செப் 2022): கடந்த வாரம் தாணா மாவட்டம் உள்ளாட்சித் தேர்தலுக்குத் தயாராகும் பொருட்டு நடத்திய ஓர் எழுச்சிக் கூட்டத்தின் செய்தியைப் பார்க்க நேர்ந்தது. அதில் தில்லியில் விவசாயிகளின் போராட்டத்தை முன்னின்று ஓராண்டாக நடத்திய தலைவர்களில் ஒருவரான டாக்டர் அசோக் தாவ்லே உரையாற்ற, ஆயிரக்கணக்கான வார்லிக்கள் கூடியிருந்தனர். கோதாவரியும் ஷாம்ராவும் போட்ட விதை இன்று விருட்சமாக மாறியிருக்கிறது.

•

பி. ராமமூர்த்தி

சுதந்திர தாகம்

6 டிசம்பர் 1952. தமிழக சட்டசபைக்கு எப்போதும் குறித்த நேரத்துக்கு வரும் எதிர்க்கட்சித் தலைவரைக் காணவில்லை. சற்று தாமதமாக வந்த எதிர்க்கட்சித் தலைவரை, அரசாங்கக் கட்சித் தலைவரான சி.சுப்ரமணியம் எழுந்து, 'புதிய அந்தஸ்துக்காக எதிர்க்கட்சித் தலைவரை வாழ்த்துகிறேன்' என்று கூறி வரவேற்க, அனைவரும் திகைத்தனர். பின்னர் சி.எஸ். விளக்கினார்: இன்று எதிர்க்கட்சித் தலைவர் தமது திருமணத்தை முடித்துக் கொண்டு சட்டசபைக்கு வந்துள்ளார்! சட்டமன்றத்தில் பெரும் ஆரவாரம் எழுந்தது. அனைவரும் கரகோஷம் செய்து வாழ்த்துத் தெரிவித்தனர்.

அப்படி யாருக்குமே தெரியாமல் பதிவுத் திருமணம் செய்து கொண்டு சட்டமன்றத்துக்குக் கடமையாற்ற வந்து சேர்ந்தவர் வேறு யாருமல்ல, அனைவரும் பி.ஆர். என்று அன்புடன் அழைக்கும் பி.ராமமூர்த்தி. இந்த எளிமையின் அருமை என்னவென்று இன்று

அரசியல் கட்சித் தலைவர்கள் நடத்தும் ஆடம்பரத் திருமணங்களைப் பார்ப்பவர்களுக்குத் தெரியும்.

இந்திய விடுதலைப் போராட்டத்திலும் கம்யூனிஸ்ட் கட்சி வரலாற்றிலும் நீங்கா இடம் பெற்ற தலைவர் பி.ராமமூர்த்தி. அவரது தந்தை பஞ்சாபகேச சாஸ்திரி கும்பகோணத்தின் அருகே வேப்பத்தூரைச் சேர்ந்தவர். 1908ஆம் ஆண்டு செப்டெம்பர் 20 அன்று சென்னையில் தமது பாட்டனார் வீட்டில் பிறந்தார் ராமமூர்த்தி. அது பாட்டனார் அவருக்குச் சூட்டிய பெயர்.

பி.ஆருக்கு மூன்று வயதாக இருக்கும்போதே திடீரெனத் தந்தையார் மறைந்துவிட்டார். கிராமமே அந்த இழப்பை உணர்ந்தது. சென்னை இந்து உயர்நிலைப்பள்ளியில் பணி செய்து வந்த பஞ்சாபகேச சாஸ்திரியின் தந்தை குடும்பத்தைக் காப்பாற்ற வேப்பத்தூர் வந்துவிட்டார்.

ஐந்து வயதில் பள்ளியில் சேர்ந்த பி.ஆர். சிறந்த மாணவராகத் திகழ்ந்தார். தமது பாட்டனாரிடம் வடமொழியும் பிழையின்றிக் கற்றார். படிப்பில் மட்டுமல்ல, விளையாட்டிலும், நீச்சலிலும் சிறந்து விளங்கினார் பி.ஆர்.

1918இல் ராமமூர்த்தியின் தமையனார் மகாலிங்கத்துக்குத் திருமணம் நிகழ்ந்து சென்னையில் வேலை கிடைத்தபோது அவர்கள் சென்னையில் குடியேறினர். பி.ஆர். இந்து உயர்நிலைப்பள்ளியில் சேர்க்கப்பட்டார். இங்கும் படிப்பில் சிறந்து விளங்கினார் பி.ஆர்.

திருவல்லிக்கேணி கடற்கரைக்கு அருகில் இருந்ததால் பல அரசியல் நிகழ்வுகளைப் பார்க்கும் வாய்ப்பு அவருக்கு ஏற்பட்டது. இப்போது திலகர் கட்டம் என்று அழைக்கப்படும் இடத்தில் திலகர் பேசியபோது அருகிலிருந்து கவனித்தார் பி.ஆர். அவருக்குப் பெரிதாக எதுவும் புரியாவிட்டாலும், நம் நாடு அடிமையாக உள்ளது, விடுதலைக்குப் போராட வேண்டும் என்ற அம்சங்கள் அவரது மனதில் ஆழப் பதிந்துவிட்டன.

அச்சமயத்தில் ஒரு புது அனுபவம் அவருக்கு ஏற்பட்டது. அன்னி பெசண்ட் அம்மையாரின் உதவியாளரான ஜார்ஜ் அருண்டேல் என்ற ஆங்கிலேயரைப் பிரபல நடனக் கலைஞர் ருக்மணி மணக்க விரும்பினார். ஓர் ஆங்கிலேயன் இந்தியப் பெண்ணை மணப்பதை வ.உ.சி., பாரதி உட்படப் பலரும் எதிர்த்தனர். ஆனால் அந்தத் திருமணம் எதிர்ப்புகள் மீறி நடைபெற்றது. அதை நேராகச் சென்று

பார்த்த பி.ஆர். மனதில் குறுகிய எண்ணங்களுக்கு எதிரான சிந்தனை உருவானது.

கோடை விடுமுறையில் தன் தாத்தாவின் கிராமமான நல்லெழுந்தூருக்குச் சென்று வடமொழி இலக்கியங்களைத் தீவீரமாகப் படித்தார். ஆக இளம் வயதிலேயே ஆங்கிலம், தமிழ், வடமொழி ஆகிய மூன்று மொழிகளிலும் புலமை பெற்றார் பி.ஆர்.

அச்சமயத்தில்தான் ஆள்தூக்கிச் சட்டமான ரவுலட் சட்டத்தை ஆங்கிலேய அரசாங்கம் பிறப்பித்தது. அதற்கெதிராக ஏப்ரல் 6 அன்று பந்த் அழைப்பு விடுத்தார் காந்தி. வீட்டில் அன்று உண்ணாவிரதம் இருக்குமாறும் கூறினார். பி.ஆர் அதை ஏற்று வீட்டில் உண்ணாவிரதம் இருந்தார். இனி கதர் மட்டுமே உடுத்துவது என்றும் முடிவெடுத்தார். ஆனால் தன் வேலை போய்விடும் என்று பயந்த அண்ணன் அதை ஏற்க மறுத்தார். பி.ஆர் கோவணத்தை மட்டும் கட்டிக்கொண்டு வீட்டிலேயே இரண்டு நாள் உட்கார்ந்து விட்டார். வேறு வழியின்றி அண்ணன் ஒப்புக்கொண்டார்.

பி.ஆருக்கு கிரிக்கெட்டில் மிகுந்த ஆர்வம். ஒரு மரத்தின் கிளையில் உட்கார்ந்து கொண்டு கிரிக்கெட் போட்டியை ரசிப்பார். அப்போது ஒருநாள் கிளை முறிந்து கீழே விழுந்து காலில் முறிவு ஏற்பட்டு விட்டது. வீட்டில் சொல்லாவிட்டாலும் கால் வீங்கிக் காட்டிக் கொடுத்துவிட்டது. அவசரமாகப் பொது மருத்துவமனைக்குச் சென்றபோது காலைச் சரி செய்து கட்டுப் போட்டார் மருத்துவர். ஆனால் தவறாகச் சேர்த்துவிட்டதால் கால் மூன்று அங்குலம் நீளம் குறைந்து வாழ்நாள் முழுதும் அப்படியே நீடித்தது.

திருவல்லிக்கேணியிலேயே தங்கியிருந்த பாரதியாரை அடிக்கடி சந்திக்கும் வாய்ப்பு பி.ஆருக்குக் கிடைத்தது. அது அவரது சுதந்திர தாகத்தைத் தீவிரப்படுத்தியது. மார்கழி மாதத்தில் அதிகாலையில் பாரதியார் நடத்திய பஜனையிலும் பி.ஆர் கலந்து கொண்டிருக்கிறார்.

1920ஆம் ஆண்டு செப்டெம்பர் மாதத்தில் கல்கத்தா நகரில் நடந்த காங்கிரஸ் கட்சியின் சிறப்பு மாநாடு ஒத்துழையாமை இயக்கத்தைத் தொடங்க முடிவெடுத்தது. அதன்படி அரசுப் பள்ளிகளில் படிக்கும் சிறுவர்களைத் தேசியப் பள்ளிக்கூடங்களை நிறுவிப் படிக்க வைப்பது என்று முடிவெடுத்தது. இந்தியா முழுவதும்

இப்படிப்பட்ட பள்ளிகள் தொடங்கப்பட்டன. இதை அறிந்த பி.ஆர் இந்து உயர்நிலைப்பள்ளியை விட்டுவிட்டு அலகாபாத்தில் நேரு நடத்திய தேசியப் பள்ளியில் சேர்வது என்று முடிவெடுத்தார். பள்ளிக்குச் செல்வது போல் ரகசியமாகக் கிளம்பிவிட்டார். டிக்கெட் இல்லாமலேயே சில ரூபாய்களை மட்டும் வைத்துக்கொண்டு பத்து நாள் பயணம் செய்து அலகாபாத் போய்ச் சேர்ந்துவிட்டார்.

அங்கு தேசியப் பள்ளிக்குப் போனபோது புருஷோத்தம் தாஸ் தாண்டன் அவரது துணிவைப் பார்த்து வியந்தார். அலகாபாத்தைச் சேர்ந்த தாண்டன் சுதந்தரப் போராட்டத்தில் ஈடுபட்ட தலைவர்களுள் ஒருவர். விடுதலைக்குப் பிறகு உருவான முதல் நாடாளுமன்றத்தில் பங்கு வகித்தவர். பி.ஆரிடம் கேள்வி கேட்டுத் திருப்தியடைந்து தேசியப் பள்ளியில் அவரைச் சேர்த்துக் கொண்டார் தாண்டன். மொத்தம் இருபது மாணவர்கள் அங்கு படித்தனர். அது ஒரு தேசிய குருகுலமாக இருந்தது.

இரண்டாண்டுகள் ஓடின. படிப்பு குறைந்து நூல் நூற்பதே அதிகமாக இருந்தது. சௌரி சௌரா நிகழ்வை ஒட்டி காந்திஜி ஒத்துழையாமை இயக்கத்தைத் திரும்பப் பெற்று விட்டார். இது லட்சக்கணக்கான தொண்டர்களுக்கு மட்டுமல்ல, தேசியப் பள்ளி மாணவர்களுக்கும் சோர்வை ஏற்படுத்திவிட்டது.

நேருவின் சம்மதத்துடன் ராமமூர்த்தி அவரிடம் பணம் பெற்றுக்கொண்டு காந்தி நடத்திய சபர்மதி ஆசிரமம் நோக்கிப் புறப்பட்டார். அங்கு நிர்வாகம் செய்து வந்த ராஜாஜியிடம் வந்து அங்கு சேர அனுமதி கேட்டார். ராஜாஜியோ அவரிடம் பழைய பள்ளியிலேயே சென்று சேருமாறும், படிப்பை முடித்துவிட்டு அரசியலுக்கு வருமாறும் கூறி விட்டார். வேறு வழியின்றி ராமமூர்த்தி வீடு திரும்பினார். மீண்டும் ஐந்தாவது ஃபாரத்தில் சேர்க்கப்பட்டார்.

1923இல் சென்னைக்குத் திரும்பிய ராமமூர்த்தி சுயராஜ்யக் கட்சியில் சேர்ந்து அதற்குத் தேர்தல் பணியும் செய்தார். அவர் பணியாற்றிய சத்தியமூர்த்தி திருவல்லிக்கேணி தொகுதியில் வென்றார்.

ராமமூர்த்தியும் அவரது நண்பர்களும் 1925இல் சென்னை நகரில் வாலிபர் கழகத்தைத் தொடங்கினர். இளைஞர்களுக்கிடையே ஆங்கிலேய எதிர்ப்பு உணர்ச்சியை உருவாக்குவதும் தேசிய எண்ணம் கொண்டவர்களாக மாற்றுவதும் அதன் நோக்கம்.

1926இல் பள்ளி இறுதித் தேர்வில் சிறந்த மதிப்பெண்களுடன் சென்னை ராஜதானிக் கல்லூரியில் இண்டர்மீடியட் சேர்ந்தார் பி.ஆர். அந்தச் சமயத்தில் நடந்த தேர்தலில் சுயராஜ்யக் கட்சிக்காக உழைத்தார். கல்லூரி முதல்வருக்குச் செய்தி தெரிந்து அவரை அழைத்துக் கடுமையாக எச்சரித்தார் அவர். கடும் ஆத்திரம் கொண்ட பி.ஆர் அங்கிருந்து விலகி காசியில் உள்ள இந்து பல்கலைக்கழகத்தில் சேருவதென்று முடிவெடுத்துவிட்டார். தன் நண்பர்களிடம் கூட அதைச் சொல்லவில்லை. தன் புத்தகங்களை விற்றுப் பணம் திரட்டிக் கொண்டு காசிக்கு ரயிலேறிவிட்டார்.

காசியில் தேசிய மனோபாவம் கொண்ட மாணவர்களின் புகலிடமாக மதன்மோகன் மாளவியா தொடங்கிய இந்து பல்கலைக்கழகம் இருந்தது. அங்கு சென்று மாளவியாவைப் பார்த்துத் தனது நிலையை விளக்கினார். அவரும் பி.ஆரை இண்டர்மீடியேட் விஞ்ஞானப் பிரிவில் சேர்த்துக்கொண்டார்.

விடுதியில் தங்கிப் படிக்கும் வசதியும் 12 ரூபாய் உபகாரச் சம்பளமும் கொடுத்தார். ஓராண்டுக்குப் பிறகு தனது எஸ்.எஸ்.எல்.சி சான்றிதழை வாங்கி அனுப்புமாறு ராமமூர்த்தி தன் குடும்பத்துக்குக் கடிதம் எழுதியபோதுதான் தவித்துப் போயிருந்த அவரது குடும்பத்துக்கு அவர் இருக்கும் இடம் தெரிந்தது. அவர்களும் அனுப்பி வைத்தனர்.

ராமமூர்த்தி காசியில் இருந்த நான்காண்டுகள் அவரது அரசியல் வாழ்க்கைக்கு அடித்தளமிட்ட ஆண்டுகளாக இருந்தன. சுதந்திரப் போராட்டம் குறித்த அவரது பார்வை விரிவடைந்தது. தேசிய இயக்கத்துடன் உறுதியாக அவரைப் பிணைத்தது.

●

கல்லூரியில் சிறந்த மாணவராகவும் சிறந்த பேச்சாளராகவும் திகழ்ந்தார் பி.ஆர். அங்கு நடந்து வந்த பொம்மை நாடாளுமன்றத்தில் அவரது பேச்சுக்கள் அவருக்குப் புகழ் சேர்த்தன. அந்த நாடாளுமன்றத்தில் நேரு உட்படப் பல தலைவர்கள் கலந்து கொண்டிருக்கின்றனர்.

1927இல் ஆங்கிலேய அரசு சைமன் கமிஷனை அனுப்பியது. இந்தியர்களுக்கு மேலும் சீர்திருத்தங்களை ஏற்கவும், சட்டமன்றத்தை விரிவாக்கவும் பக்குவம் இருக்கிறதா இல்லையா என்பதைக் கண்டறிய ஒரு குழுவை அனுப்புவதாகக் கூறியது அரசு.

அதிலிருந்த ஏழு பேரில் ஒருவர்கூட இந்தியரே கிடையாது. காங்கிரஸ் அதைப் புறக்கணிக்க முடிவெடுத்தது.

1928ஆம் ஆண்டு பிப்ரவரி 3 அன்று பம்பாயில் இறங்கிய கமிஷனை எதிர்த்து ஆயிரக்கணக்கானோர் திரும்பிப் போ என்று முழக்கமிட்டனர். இந்தியாவில் கடும் எதிர்ப்பைச் சந்தித்தது கமிஷன். இந்த நிலையில் காசிக்குச் சென்ற கமிஷனை மறைவாக ஆற்றின் மூலம் அழைத்துச் செல்ல முடிவெடுத்தது அரசு. பத்திரமாக அவர்களைப் படகுகளில் ஏற்றி ராம்நகர் கோட்டைக்கு அழைத்துச் செல்ல ஏற்பாடு ஆகியிருந்தது.

ஆற்றில் படகு சென்று கொண்டிருந்தபோது திடீரென ராமமூர்த்தியின் தலைமையில் 30 படகுகள் மாணவர்களை ஏற்றிக்கொண்டு அங்கு தோன்றின. சைமன் திரும்பிப் போ என்ற முழக்கத்துடன் ராம்நகர் கோட்டை வரை விரட்டிச் சென்றனர் மாணவர்கள். எதுவும் செய்ய முடியாமல் மிரண்டு போயினர் அதிகாரிகள். இது பி.ஆருக்கு மேலும் புகழைச் சேர்த்தது.

1925ஆம் ஆண்டு மாவீரன் பகத்சிங் லாகூரில் உருவாக்கிய 'நவ்ஜவான் பாரத் சபா'வின் பெனாரஸ் கிளையில் இணைந்து அதில் தீவீரப் பங்காற்றினார் பி.ஆர். மேலும் 'சாதியை நொறுக்கும் சபையிலும்' இணைந்து செயல்பட்டார்.

இந்நேரத்தில் உண்ணாவிரதம் இருந்து, கொடும் சித்திர வதையையும் எதிர்கொண்டு உயிர் நீத்தார் தியாகி ஜதீன்தாஸ். நாடெங்கிலும் மக்கள் கொந்தளித்தனர். அவரது உடல் லாகூரிலிருந்து கல்கத்தா கொண்டு செல்லப்பட்டபோது ஆயிரக் கணக்கான மக்கள் அதைத் தரிசிக்க மொகல்சாராய் ரயில் நிலையத்தில் கூடினர். அதில் ராமமூர்த்தி உள்ளிட்ட பெனாரஸ் மாணவர்களும் இருந்தனர்.

காகோரி சதி வழக்கில் தூக்கிலிடப்பட்டவர்களின் உயிர்த்தியாகம், தியாகி ஜதீந்தாசின் மரணம், சந்திரசேகர ஆசாத்தின் வீரமரணம் ஆகியவை ராமமூர்த்தியை உலுக்கின. சுதந்திரப் போராட்டம் ரத்தத்தில் கலந்தது.

கல்லூரியில் இருந்தபோது பல நூல்களைப் படித்தார் பி.ஆர். இங்கிலாந்தின் மிதவாதச் சிந்தனையின் தாக்கத்துக்கு ஆளானார். 1929ஆம் ஆண்டில்தான் கம்யூனிசத்தின் அறிமுகம் அவருக்கு ஏற்பட்டது. மீரட் சதி வழக்கில் அரசைத் தூக்கியெறிய

முயன்றதாகக் குற்றம்சாட்டி கைது செய்யப்பட்ட தலைவர்கள் நீதிமன்றத்தைத் தமது மேடையாக மாற்றினர். இந்த மகத்தான தேச பக்தர்கள் மாணவர்களை அவர்கள்பால் ஈர்த்தது. முழுதாகக் கம்யூனிஸ்ட் இயக்கத்தைப் புரிந்து கொள்ளாவிட்டாலும், எதோ ஒன்று இருப்பது அவருக்குத் தெரிந்தது.

1929 லாகூர் காங்கிரசில் பூரண சுதந்திரம் வேண்டித் தீர்மானம் நிறைவேற்றப்பட்டது. அந்த மாநாட்டில் பி.ஆரும் பங்கேற்றார். வைஸ்ராய் சுடப்பட்டதைக் கண்டித்து தீர்மானம் வைத்த போது, அதை எதிர்த்து ராமமூர்த்தியும் பல பிரதிநிதிகளும் பேசினர்.

1929 டிசம்பர் 31ஆம் தேதி நேரு நள்ளிரவில் ரவி ஆற்றங்கரையில் புத்தாண்டு பிறந்த சமயத்தில் தேசியக்கொடியைப் பறக்க விட்டு பிரிட்டிஷ் ஆட்சிக்கு 'இனிமேலும் பணிந்து செல்வது மனிதனுக்கும், இறைவனுக்கும் செய்யும் துரோகமாகும்' என்று முழக்கமிட்டார்.

அங்கிருந்து கிளம்பிய ராமமூர்த்தி படிப்பு முடித்ததும் முழுநேர சுதந்திரப் போராட்ட வீரராகக் களமிறங்கும் முடிவுடன் ரயிலேறினார்.

ராமமூர்த்தி எதிர்பார்த்த நாள் வந்தது. தேர்வு எழுதிவிட்டு வெளியே வந்தபோது முழுவீச்சில் அன்னியத் துணி புறக்கணிப்பும் எரிப்பும் நடந்து கொண்டிருந்தது. நேராக அங்கு சென்று சத்தியாகிரகத்தில் ஈடுபட்ட ராமமூர்த்தி கைதானார். ஆறு மாதம் சிறைத்தண்டனையும் அபராதம் கட்ட மறுத்ததால் மேலும் 15 நாள் தண்டனையும் பெற்று பதேகர் என்ற ஊரில் சிறையில் 'சி' வகுப்பில் அடைக்கப்பட்டார்.

1930இல் அவர் சென்னை திரும்பியபோது நிலைமை சரியாக இல்லை. இயக்கம் சற்றுத் தொய்வடைந்திருந்தது. அதை முனைப்போடு முழுமையாகப் பணியாற்றி உடைத்தார் ராமமூர்த்தி. அரசு மேலும் ஆயுத ரிசர்வ் படையை இறக்க வேண்டிய நிலை ஏற்பட்டது.

காந்தியின் கட்டளையை ஏற்று இந்திப் பிரசாரகராகவும் செயல்பட்டுப் பலரைத் தேர்வுக்கும் அனுப்பினார். வேலையின்றி இருந்தபோது அவரைப் பிரபல விஞ்ஞானி சி.வி. ராமனின் சகோதரர் சி.எஸ். அய்யர் ரயில்வேக்கு வேலைக்கு அனுப்பி வைத்தார். சில காலம் அங்கு கணக்குத் தணிக்கைப் பிரிவில் வேலைபார்த்தார் அவர்.

இந்நிலையில் இரண்டாவது வட்டமேசை மாநாட்டிலிருந்து தோல்வியுடன் மகாத்மா காந்தி திரும்பவும், சட்டமறுப்பு இயக்கத்தைத் தொடங்கியது காங்கிரஸ். சென்னையில் அந்தப் பொறுப்பு ஜகன்னாததாசிடமும், ராமமூர்த்தியிடமும் ஒப்படைக்கப்பட்டது.

அவர் கொடுத்த ராஜினாமாவை மறைத்துவிட்டனர் உயர் அதிகாரிகள். கைதானால் மட்டுமே அதை செயல்படுத்துவது என்பது அவர்கள் திட்டம். தாஸ் வீட்டில் தங்கிய பி.ஆர். அங்கு தெலுங்கைக் கற்றுக் கொண்டார். இச்சமயத்தில்தான் பி.சீனிவாசராவுடன் பழக்கமும் ஏற்பட்டது.

துணிக்கடை மறியல், சாராயக்கடை மறியலின்போது போலீஸ் கடும் தாக்குதல் தொடுக்கும். உயிர் போகுமளவு மண்டை உடையும். கதர்த் துணி வியாபாரம் அதிகம் நடந்தால் அன்று மறியல் ஆவேசமாக நிகழ்ந்தது என்று பொருள்.

அந்தச் சமயத்தில்தான் தென்னிந்தியாவில் கம்யூனிஸ்ட் இயக்கத்தை வளர்க்க வந்து சேர்ந்த அமீர் ஹைதர்கானை அவர் சந்தித்தார். ஹைதர் முதலில் அவரை ஆழம் பார்த்தார். அவருக்கு ரயில்வே வேலைநிறுத்தம் நடத்த வேண்டுமென்று ஆலோசனை கூறினார். அதை ஜெயப்பிரகாஷ் நாராயணனும் ஏற்றார். ஆனால் வி.வி.கிரியால் அதைச் செய்து முடிக்க முடியவில்லை.

அவர்தான் சத்தியாகிரகத்தை ஏற்பாடு செய்து நடத்துகிறார் என்று சந்தேகப்பட்ட போலீஸ் அவரைப் பின்தொடர ஆரம்பித்தது. அவர்களால் எதுவும் கண்டுபிடிக்க முடியாவிட்டாலும், சில மீனவர்கள் அவரைக் காட்டிக் கொடுத்துப் பிடித்துக் கட்டி வைத்து போலீசிடம் ஒப்படைத்துவிட்டனர்.

அந்தச் செய்தி கிடைத்ததும் அவரது ராஜினாமாவை முன் தேதியிட்டு அதிகாரிகள் சமர்ப்பித்து விட்டனர். அவருக்கு ஆறு மாதம் கடுங்காவல் தண்டனையும், அபராதம் கட்ட மறுத்ததற்காக மேலும் மூன்று மாதமும் வழங்கப்பட்டது. சென்னை மத்திய சிறையில் ‘பி’ பிரிவில் அடைக்கப்பட்டார்.

பின்னர் அவரை மதுரை சிறைக்கு அரசு மாற்றியது. அங்கு பான்சிகா என்ற அதிகாரி அவர்களைக் கடுமையான சூழலில் வைத்தார். இடவசதி, உணவு, சுகாதார நிலை படுமோசமாக இருந்தது. இதை முறியடிக்க ஒரு தந்திரம் செய்து பான்சிகாவை வேறு சிறைக்கு

மாற்றப் போவதாக பி.ஆர். கிளப்பி விட, பான்சிகா பணிந்தார். அவர்கள் கேட்ட வசதிகளைச் செய்தார்.

அங்கிருக்கும்போது அவருக்கு ஃபேபியன் சோஷலிசம் பற்றிய நூலும், ராஜாஜி கம்யூனிசம் பற்றி எளிமையாக எழுதிய அபேதவாதம் நூலும் படிக்கக் கிடைத்தன. பல பிரசுரங்களையும் படித்தார். விடுதலை பெற்றதும் மீண்டும் இயக்கம் சூடு பிடிக்கவில்லை.

பின்னர் அவர் அரிஜன சேவா சங்கத்தில் ஊழியரானார். அக்காலத்தில் தாழ்த்தப்பட்ட மக்கள் கோவிலுக்குள் நுழைய முடியாது. மார்கழி மாதம் தாழ்த்தப்பட்ட மக்களுக்கு திவ்யப்பிரபந்தம் சொல்லிக் கொடுத்து பார்த்தசாரதி கோவிலுக்கு அழைத்து வருவார். வாசலுக்கு வந்து கலைந்து சென்று விடுவார்கள்.

இங்கு பாஷ்யம் ஐயங்கார் துணைக்கு வந்தார். கோவிலுக்குள் சென்று அவர்களுக்கு பிரசாதம் வாங்கி வந்து கொடுத்தார். ராமமூர்த்தியின் இன்னொரு காலையும் உடைக்க வேண்டுமென சில சனாதனிகள் துடித்தனர். அப்போது தர்மகர்த்தா தேர்தல் நடக்கவிருந்தது. அதில் விதி, 'தென்கலை வைஷ்ணவர், 18 வயதுக்கு மேற்பட்டவர், வருடத்துக்கு 4 அணா சந்தா செலுத்துபவர், கோவிலைச் சுற்றிக் குறிப்பிட்ட தூரம் வரை வசிப்பவர் போட்டியிடலாம்' என்றது.

ராமமூர்த்தி உடனே அங்கு சுற்றியிருக்கும் செருப்புத் தைக்கும் தொழிலாளிகளிடம் போனார். அவர்களில் 200 ஆண்களுக்குத் தோளில் சங்கு சக்கர அடையாளம் சூடு போடப்பட்டது. சில சாதாரண மந்திரங்களைச் சொல்லிக் கொடுத்து அவர்களை வாக்காளர்களாகப் பதியச் செய்தார்.

இதை எதிர்த்து சிலர் நீதிமன்றம் சென்றனர். நீதிபதி உங்கள் குரு யார் என்று கேட்டபோது, அவர்கள் 'சாத்தாணி ஐயங்கார்' என்று சொல்லிக் கொடுத்தபடி சொன்னார்கள். நீதிபதி திருப்தியடைந்து அவர்களைப் பதிய உத்தரவிட்டு விட்டார். உயர்நீதிமன்றத்திலும் வழக்கு வென்றது. தேர்தலில் அனைவரும் வாக்களித்தனர்.

அவர்களுக்குச் சொத்து மட்டும் இருந்திருந்தால் தர்மகர்த் தாக்களாகக் கூடத் தேர்ந்தெடுக்கப்பட்டிருக்கலாம். தாழ்த்தப் பட்டவர்களுக்கு வாக்குரிமை, சொத்து இருந்தால் தர்மகர்த்

தாவாகவும் தேர்ந்தெடுக்கப்பட முடியும் என்ற நிலையை இந்த வழக்கு இந்தியா முழுவதும் ஏற்படுத்தியது. மகாத்மா காந்தி தனது 'ஹரிஜன்' பத்திரிகையில் இதைப் பாராட்டி எழுதினார்.

•

இரண்டாவது சட்ட மறுப்பு இயக்கத்தையொட்டி காந்தி சிறையில் அடைக்கப்பட்டார். அரசு எந்த உடன்பாட்டுக்கும் வரத்தயாராக இல்லை. கல்கத்தாவில் அடுத்த மாநாட்டை நடத்த காங்கிரஸ் முடிவெடுத்தது. ஆனால் அதைத் தடுத்து நிறுத்த அரசு கடும் ஒடுக்குமுறையை ஏவியது.

எனினும் கண்ணில் மண்ணைத் தூவி விட்டு பிரபல காங்கிரஸ் தலைவர் சென்குப்தாவின் மனைவி நெல்லி சென்குப்தாவின் தலைமையில் திடீரென எஸ்பிளனேடில் மாநாடு கூடியது. கண்ணிமைக்கும் நேரத்தில் பி.ஆர். உட்பட தமிழ்நாட்டிலிருந்து வந்த பிரதிநிதிகள் உள்ளிட்ட ஆயிரக்கணக்கானோர் கூடிவிட்டனர்.

அதிர்ந்து போன போலீஸ் சவுக்கால் அடிக்கத் தொடங்கியது. அனைவரும் ஓடித் தப்பிக்க, பி.ஆரால் ஓட முடியவில்லை. அவர் தப்பி ஓடி ஒரு செருப்புக் கடையில் தஞ்சமடையும் வரை கடுமையாக அடிக்கப்பட்டார்.

ஒரு வருடம் தீவீரமாக அரிஜன சேவை சங்கத்தில் செயல்பட்டபின் அதில் அவருக்கு சோர்வேற்பட்டது. பொருளாதார அளவில் அவர்கள் நிலை உயர்ந்தால்தான் அவர்கள் தலைநிமிர்ந்து வாழ முடியும் என்ற எண்ணம் ஏற்பட்டது.

இச்சமயத்தில் தீவீரவாத மனோபாவம் கொண்ட சில காங்கிரஸ்காரர்கள் மீது முதல் மெட்ராஸ் சதி வழக்குத் தொடுக்கப்பட்டது. அவர்களைப் பாதுகாக்கும் பணியில் பி.ஆர். இறங்கினார். ஒரு பாதுகாப்புக் குழுவை உருவாக்கினார். அதற்காக வழக்கறிஞர்கள் ஏற்பாடு, நிதி, ஆவணங்களைப் படிப்பது உள்ளிட்ட வேலைகளை அவர் செய்தார். காந்திஜியின் இயக்கம் மூலம் சுதந்திரம் வராது என்ற எண்ணம் அவருக்குத் தோன்ற ஆரம்பித்தது.

அந்த வழக்கில் ஈடுபட்ட ஒரு சி.ஐ.டி இன்ஸ்பெக்டர் டி.எஸ்.வெங்கட்ரமணியுடன் அவருக்குத் தொடர்பேற்பட்டது. அவர் போலீசால் கைப்பற்றப்பட்ட மார்க்சிய நூல்களைப் படித்தவர். அவர் பி.ஆரைப் பார்த்து அவரிடம் சில மார்க்சிய

புத்தகங்களைக் கொடுத்து அவற்றைப் படித்துச் சிந்திக்குமாறு கூறினார். அவற்றில் ஈடுபாடு கொண்ட பி.ஆர். மேலும் புத்தகங்களைக் கோரினார். அவர் பி.ஆரை ஒரு நூலகத்துக்கு அழைத்துச் சென்று அறிமுகம் செய்தார். அங்கிருந்த மார்க்சிய நூல்களைக் கற்கத் தொடங்கினார் பி.ஆர்.

இந்நிலையில் கடும் உழைப்பையும் மீறி வழக்குத் தோற்றதால் குற்றம் சாட்டப்பட்டவர்கள் தண்டிக்கப்பட்டனர். வேறு வேலையில்லாத பி.ஆர். எதாவது வியாபாரத்தில் ஈடுபடலாம் என்று நினைத்தார். திருவல்லிக்கேணியில் ஒரு நெய்க்கடை தொடங்கினார். கடன் கொடுத்தே வியாபாரம் படுத்தது.

அப்போது பி.ஸ்ரீநிவாசராவ் அவரைச் சந்திக்க வருவதுண்டு. அவரும் தன் பங்குக்கு காங்கிரஸ் வேலைகளுக்குக் கல்லாவிலிருந்து காசைத் தூக்கிக் கொண்டு போய் விடுவார். கடை மூடப்பட்டது.

1934இல் ஆந்திர விடுதலைப் போராட்ட வீரர் பி.சுந்தரய்யா மக்களைப் பார்த்து விடுதலைப் போராட்டத்துக்கு வருமாறு உரையாற்றினார் என்று அவர்மீது தேசத்துரோக வழக்குப் போடப்பட்டது. அவருக்கு மூன்றாண்டு கடுங்காவல் தண்டனை விதிக்கப்பட்டது. அதற்கெதிரான அப்பீல் செய்ய பி.ஆருக்குப் பொறுப்புக் கொடுக்கப்பட்டது.

பி.ஆரின் முயற்சியால் ஆறு மாதம் தண்டனையுடன் தப்பினார் சுந்தரய்யா. விடுதலையும் செய்யப்பட்டார். அப்போது ராமமூர்த்தியுடன் அறிமுகமாகி நெருங்கிய நண்பரானார். சுந்தரய்யா ஏற்கெனவே அமீர் ஹைதர்கான் மூலம் கம்யூனிஸ்டாக மாறியவர்.

மே மாதம் பாட்னாவில் நடந்த காங்கிரஸ் மாநாட்டின் போது அருகிலேயே நடந்த இன்னொரு மாநாட்டில் காங்கிரஸ் சோஷலிஸ்ட் கட்சி உருவானது. அதில் பி.ஆர்., ஸ்ரீநிவாசராவ், இ.எம்.எஸ். உட்படப் பலரும் இணைந்தனர். அவர்களது திட்டத்துடன் காந்தி கருத்து மாறுபாடு கொண்டிருந்தார். உடனடியாகத் தமிழகத்தில் கிளை உருவாக்க முடியாவிட்டாலும், பி.ஆர்.,ஏ.எஸ்.கே அய்யங்கார் முயற்சியில் சென்னை ராஜதானி தீவீர இளைஞர் கழகம் உருவாக்கப்பட்டது.

1936இல் காங்கிரஸ் சோஷலிஸ்ட் கட்சியின் இரண்டாவது மாநாட்டில் அஜய் கோஷ், இ.எம்.எஸ். போன்றோருடன்

அவருக்கு அறிமுகமானது. அஜய் கோஷ் அவருக்கு மார்க்சிய நூல்களைக் கொடுத்துப் படிக்கச் சொன்னார். அங்கு அனைத்து கம்யூனிஸ்ட், சோஷலிஸ்டுகள் இணைய வேண்டுமென்ற மீரட் கோட்பாடு உருவானது. அதன்படி கம்யூனிஸ்டுகள் ஏராளமானோர் காங்கிரஸ் சோஷலிஸ்ட் கட்சியில் இணைந்தனர். சென்னையில் அவரும், பி.எஸ்.ஆரும் சோஷலிஸ்ட் கட்சியை உருவாக்கத் தொடங்கினர்.

சென்னை தொழிலாளர் பாதுகாப்புச் சங்கத்திலும், அச்சுத் தொழிலாளர் சங்கத்திலும் பி.ஆர். வேலை செய்யத் தொடங்கினார். எஸ்.வி.காட்டேவின் வழிகாட்டலில் பி.ஆர். உள்ளிட்ட பலரும் துடிப்புமிக்க தொழிற்சங்கங்களை உருவாக்கத் தொடங்கினர். பிராட்வேயிலிருந்த அவர்களது அலுவலகம் ஸ்ட்ரைக் ஆபீஸ் என்று தொழிலாளர்களால் அன்புடன் அழைக்கப்பட்டது.

அங்கு அப்போது மூவர் இருந்தனர். பி.ஆர்., கே.முருகேசன் போன்றோர் அவ்வப்போது வந்து செல்வர். ஒரு சாப்பாடு நான்கு அணா. அதை வாங்கி மூவர் பகிர்ந்து கொள்வர். நான்காவதாக ஒருவர் வந்து விட்டால் அன்று கஷ்டம்தான். அவ்வளவு கஷ்டப்பட்டுதான் ஸ்ட்ரைக் ஆபீஸ் செயல்பட்டது. அங்கு அடிக்கடி பி.ஆர் அரசியல் வகுப்பெடுத்து வந்தார்.

கோவையில் மில் தொழிலாளர்கள் அதிகக் கூலி கேட்டபோது ஒரு பைசா உயர்த்தினாலும் மில்லை மூட வேண்டியிருக்கும் என்று மிரட்டினார்கள். ஓய்வு பெற்ற நீதிபதி வெங்கட்ராமையாவின் விசாரணைக் குழுவில் வாதாடிய பி.ஆர். அவர்கள் வாதத்தை உடைத்தெறிந்து அதிக சம்பளத்துக்கான பரிந்துரையைப் பெற்றுத் தந்தார். தொழிலாளர்கள் உற்சாகமடைந்தனர்.

ஆனால் மில் முதலாளிகள் ஒப்புக்கொள்ளாததால் ஐ.சி.எஸ் அதிகாரி ஸ்ட்ராட்டி தலைமையில் இன்னொரு விசாரணைக்குழு வந்தது. அதிலும் பி.ஆர். ஆணித்தரமாக வாதிட்டு குறைந்த கூலியை ஏற்க முடியாதென்றார். இதற்குப் பதிலளித்த ஸ்ட்ராட்டி அவரைத் தொழிற்சங்கத்திலிருந்து விலகுமாறு புத்திமதி கூற, வெகுண்டெழுந்து பதிலடி கொடுக்க, ஆடிப்போனார் ஸ்ட்ராட்டி. பிறகு பி.ஆரைச் சமாதானப்படுத்தி, தொழிலாளர்களிடம் பேசிவிட்டே சொல்லுமாறு கூறினார். தனது இறுதித் தீர்ப்பிலும் அதிகக் கூலியைப் பரிந்துரைத்தார். பிற்காலத்தில் அவர் பி.ஆருக்கு நெருங்கிய நண்பராகி விட்டார்.

மதுரை ஹார்வி மில் போராட்டத்திலும் பி.ஆர். திறம்படச் செயல்பட்டார். வேலைநிறுத்தத்தை உடைக்க முதலாளி முயன்றபோது அவர் ராஜாஜியைச் சந்தித்து அதற்குத் தடை பெற்றார். அதுதான் முதலாளிகளுக்கு எதிராக அரசு எடுத்த முதல் நடவடிக்கை.

இதுபோல் பல தொழிலாளர் போராட்டங்களில் வழிகாட்டித் தனது தொழிற்சங்கப் பணியைச் செய்தார் ராமமூர்த்தி.

சென்னையில் கள்ளிறக்கும் தொழிலாளர் சங்கம் உருவானபோது அதன் தலைவரானார் பி.ஆர். கூலி உயர்வுக்காக அவர்கள் போராடினர். ராஜாஜி அவர்களுக்கு ஆதரவளிக்க மறுத்துவிட்டார். 'நாளை விபச்சாரிகள் ஸ்ட்ரைக் நடக்கும்' என்று வெறுப்புடன் அவர் கூறினார். முதலாளிகள் ஒரு கலவரத்தைத் தூண்ட முயல, தொழிலாளர்கள் அவர்களிடமிருந்து ஆயுதங்களைக் கைப்பற்றிக் கொண்டு ஸ்ட்ரைக் ஆபீஸ் நோக்கி வந்தனர்.

ஆயுதங்களை போலீஸ் ஸ்டேஷனில் ஒப்படைக்குமாறு பி.ஆர். கொடுத்த தகவல் அவர்களிடம் சேருவதற்கு முன்னரே போலீஸ் அவர்களைக் கைது செய்தது. அவர்களுக்குத் தலைமை தாங்கிக் கொள்ளையடிக்க முயன்றார் என்று கூறி பி.ஆர். கைது செய்யப் பட்டார். ஆனால் போலீசால் வழக்கை நிரூபிக்க முடியாததால் அது நிராகரிக்கப்பட்டது.

1936ஆம் ஆண்டு எஸ்.வி.காட்டே ராமமூர்த்தியைக் கம்யூனிஸ்ட் கட்சியில் சேருமாறு அழைப்பு விடுக்க, அதை ஏற்றார் பி.ஆர். தமிழகத்தில் எட்டு உறுப்பினர் கொண்ட முதல் கிளை உருவானது.

பல விவாதங்களுக்குப் பிறகு நாடு முழுதும் நடைபெற்ற தேர்தல்களில் மாநில அளவில் பங்கேற்க காங்கிரஸ் முடிவெடுத்தது. சூறாவளி சுற்றுப்பயணம் சென்ற நேருவின் உரையைத் தமிழில் பி.ஆர். மொழிபெயர்த்தார். கீழே இறங்கியவர் உடனே வேறு எப்போதோ பேசியதற்காக தேச துரோக வழக்கில் கைது செய்யப்பட்டார். பி.ஆர். வழக்கில் தாமே வாதாடி ஜாமீன் பெற்றார்.

இடையில் பெரியாரைச் சந்தித்தபோது பெரியார் சனாதனக் குடும்பத்தில் பிறந்த அவர் எப்படிக் கம்யூனிஸ்ட் ஆனார் என்றெல்லாம் கேட்டு மகிழ்ச்சி அடைந்தார். எப்போது திருமணம் என்று கேட்டபோது, வேறு சாதிப் பெண்ணைத் திருமணம் செய்ய வேண்டும் எனும்போது அம்மாவின் மனம் நோக விரும்பவில்லை.

தோழர்கள் ❖ 87

எனவே பிறகுதான் திருமணம் என்றபோது பெரியார் மனம் மகிழ்ந்து, 'தம்பி, நீ செய்த முடிவு நல்ல முடிவு. உன் திருமணம் எப்போது நடந்தாலும் நான் வருவேன்' என்று வாழ்த்தினார். காங்கிரசை நம்பாதே என்றும் சொல்லி அனுப்பினார்.

சென்னையில் காங்கிரஸ் சோஷலிஸ்ட் கட்சி முடிவின்படி வார இதழாக ஜனசக்தி மலர்ந்தது. ராமமூர்த்தி நிதி திரட்டுவதில் முன் நின்றார். எனினும் மூன்று இதழ்களில் நின்றுவிட்டது. பின்னர் 1938இல் மீண்டும் தொடர்ந்தது. பி.ஆர். அதில் சிறந்த பணியை ஆற்றினார்.

காங்கிரஸ் சோஷலிஸ்ட் கட்சியில் கம்யூனிஸ்டுகளுக்கும் சோஷலிஸ்டுகளுக்கும் நிலைபாட்டில் வேற்றுமை இருந்தது. சோஷலிஸ்டுகளில் பலர் சோவியத் எதிர்ப்பு மனோபாவம் கொண்டிருந்தனர். இது அதிகரித்து 1939இல் வெடித்த இரண்டாவது உலக யுத்தம் அதை நிறைவு செய்தது. கம்யூனிஸ்டுகள் தாமே சுயேச்சையாக மக்கள் கிளர்ச்சிகளுக்குத் தலைமை தாங்கினார்கள். நிலைமை முற்றியது.

1940 மார்ச் மாதத்தில் காங்கிரஸ் சோஷலிஸ்ட் கட்சியிலிருந்த கம்யூனிஸ்டுகள் வெளியேற்றப்பட்டனர்.

●

1940இல் காங்கிரஸ் சோஷலிஸ்ட் கட்சிக்கும் கம்யூனிஸ்டுகளுக்கும் இருந்த உறவு முறிந்தது. கம்யூனிஸ்ட் கட்சி தனியாக செயல்படத் தொடங்கியது. அவர்களது யுத்த எதிர்ப்பைக் கண்காணித்த அரசு கம்யூனிஸ்டுகளைக் கைது செய்யத் தொடங்கியது. பி. ராமமூர்த்தி கைது செய்யப்பட்டு வேப்பத்தூருக்குக் கொண்டு செல்லப்பட்டு அங்கேயே போலீஸ் கண்காணிப்பில் வைக்கப்பட்டார்.

கம்யூனிஸ்ட் கட்சியின் செயல்பாடுகளைத் தொடர வேண்டுமென்பதற்காக நாடு முழுதும் தலைமறைவு மையங்கள் ஏற்படுத்தப்பட்டன. பிஆரை அதற்காகக் கடத்தி வரும் வேலை சி.எஸ்.சுப்ரமணியத்திடம் ஒப்படைக்கப்பட்டது. நள்ளிரவில் ஒரு தோழர் ராமமூர்த்தியை ஒரு சைக்கிளில் உட்கார வைத்துக் கும்பகோணத்துக்கு அழைத்து வந்தார். அங்கிருந்து ஒரு காரில் சென்னைக்குச் சென்று விட்டார் பி.ஆர்.

பெரம்பூரில் ஒரு தலைமறைவு மையமும், தி.நகரில் ஒன்றும் செயல்பட்டன. தி.நகரில் பி. ஆர். பிரசுரம் தயாரிக்கும் மையத்தில்

செயல்பட்டார். ரகசியமாக அவற்றைக் கொண்டு செல்வதற்காக அப்போது அண்ணாமலை கல்லூரியில் படித்து வந்த உமாநாத்தைப் படிப்பை நிறுத்தச் சொல்லி சென்னைக்குக் கொண்டு வந்தது கட்சி. அன்று முதல் இறக்கும் வரை முன்னணித் தலைவராக இருந்தார் உமாநாத். நெல்லூரில் இருந்த சுந்தரய்யா இரவோடு இரவாக சென்னைக்கு சைக்கிளில் வந்து அவர்களைப் பார்த்துப் பேசி விட்டு அதிகாலையில் திரும்பி விடுவார்.

பி.ஆரைக் கண்டுபிடித்துக் கொடுத்தால் ரூ.100 இனாம் என அரசு அறிவித்தது. ஆனால் விரைவில் இடத்தைக் கண்டுபிடித்து விட்டனர். ஒரு வியாபாரியை மடக்கி ரகசியத்தைத் தெரிந்து கொண்டு விட்டது போலீஸ். பி.ஆர்., உமாநாத், சி.எஸ்.எஸ். ஆகியோரை தி.நகர் மையத்திலிருந்து கைது செய்தது போலீஸ். மொத்தம் ஏழு பேர் கைதாயினர்.

தூக்குத் தண்டனை உள்ளிட்ட தண்டனைகள் கிடைக்கக்கூடிய வகையில் சென்னை சதி வழக்கு அவர்கள் மீது தொடுக்கப்பட்டது. உள்ளே இருந்த பல காங்கிரஸ் தொண்டர்கள் இவர்களின் முயற்சியால் கம்யூனிஸ்டுகளாக மாறினர். அவர்கள் நீதிமன்றத்தில் பேசியபோது அதை பிரசார மேடையாக மாற்றி விட்டனர். பி.ஆர். தமது குற்றச்சாட்டை மறுப்பதற்கே பல வாரங்கள் எடுத்துக் கொண்டார். அனைவரும் தண்டிக்கப்பட்டனர். பி.ஆருக்கு நான்கு ஆண்டுகள் கடுங்காவல் தண்டனை.

சிறையில் கடுமையான சூழலில் பி.ஆர். அனைவருக்கும் உற்சாகம் ஊட்டினார். கட்சியின் மீதான தடை நீக்கப்பட்டதால் 1942 ஜூன் மாதம் அவர்கள் விடுவிக்கப்பட்டனர்.

1942 ஆகஸ்ட் 9 அன்று காங்கிரஸ் மாநாட்டில் 'வெள்ளையனே வெளியேறு' தீர்மானம் நிறைவேற, உடனடியாகத் தலைவர்கள் கைது செய்யப்பட்டனர். நாடு பற்றியெரிந்தது. கம்யூனிஸ்டுகள் அவர்களது விடுதலைக்காகப் பிரசாரத்தில் இறங்கினர். கைது செய்யப்பட்டவர்களுக்காக வாதாட ஏற்பாடுகள் செய்தனர்.

இந்தப் போரில் சோவியத் இறங்கியதைத் தொடர்ந்து இது மக்கள் போராட்டமாக மாறிவிட்டதாக கம்யூனிஸ்ட் கட்சி மதிப்பிட்டது. காங்கிரஸ் கம்யூனிஸ்டுகளை துரோகிகள் என்று பிரசாரம் செய்தது. அப்போது விடுதலையான பி.ஆர். இப்பிரசாரத்துக்கு எதிராகக் களமிறங்கினார். காங்கிரஸ்காரர்கள் பலரும் மக்களும் தெளிவு பெற்றனர்.

அப்போது திருமணமாகாத கட்சித் தலைவர் பி.ஆர். முதல் தொண்டர் வரை சம்பளம் ரூ.25 மட்டுமே. இதில் லெவி போக அவர்களுக்கு 23.50 தான் கிடைக்கும்.

இதற்கிடையில் மதுரை சதிவழக்கில் கைதான பி.ஆர். அதில் முக்கிய சாட்சியான ஐட்காக்காரர் பொய் சொல்கிறார் என்பதை நிரூபித்தார். அந்த சமயத்தில் ஒரு அதிகாரியின் வீட்டில் இருந்ததையும் நிரூபிக்க, அனைவரும் விடுதலையாயினர்.

சுதந்திரம் பெறுவதற்கு முந்தைய நாள் மாலை 7 மணிக்கு விடுவிக்கப்பட்டவர்கள் வெளியே செங்கொடியுடன் கூடியிருந்த ஆயிரக்கணக்கான மக்களுடன் சேர்ந்து திலகர் திடலுக்கு வந்து விடுதலையைக் கொண்டாடினர்.

1948இல் கல்கத்தாவில் கூடிய கட்சி மாநாடு நேரு அரசாங்கத்தை தெலுங்கானா வழியில் தூக்கியெறிவது என்ற முடிவை எடுத்தது. உடனே கட்சி தடை செய்யப்பட்டது. பி.ஆர். அங்கேயே தலைமறைவானார். கட்சி மீது அதிரடித் தாக்குதல் தொடங்கியது.

அப்போது கட்சி முடிவுப்படி திருச்சி பொன்மலையில் இருந்த அன்னை லட்சுமியும் அவரது மகள் பாப்பாவும் சென்னைக்கு அழைத்து வரப்பட்டனர். மற்றவர்களும் அவர்களும் ஒரு குடும்பம் போல் வெளியே காட்டிக் கொண்டு தலைமறைவு வாழ்க்கை மேற்கொண்டனர். பாப்பா உமாநாத்துக்கு பி.ஆர். மார்க்சிய ஆசானாக இருந்தார்.

1948இல் ரயில்வே வேலைநிறுத்தத்துக்கு அழைப்பு விடப்பட்டிருந்தது. கள நிலைமையை ஆராய்ந்த பி.ஆர். அது நடக்காது என்று கட்சித் தலைமைக்கு எழுதினார். ஆனால் நிலைமையைப் புரிந்து கொள்ளாத கட்சித் தலைமை அவரை பம்பாய்க்கு வரவழைத்து அங்கு பணியாற்றுமாறு கூறிவிட்டது.

ஆனால் பிஆர் கூறியது போலவே வேலைநிறுத்தம் பிசுபிசுத்தது. அதையும் கட்சி புரிந்து கொள்ளவில்லை. ஆயிரக்கணக்கான தொழிலாளர்கள் வேலைநீக்கம் செய்யப்பட்டனர், நூற்றுக் கணக்கானோர் சிறையில் அடைக்கப்பட்டனர். பெரும் பின்னடைவு ஏற்பட்டது.

அப்போது உட்கட்சிப் போராட்டம் தொடங்கி விட்டது. பி.ஆர். ஓர் ஆவணத்தைத் தயாரித்து சுற்றுக்கு விட்டார். அவரைப் பாராட்டிய மத்தியக்குழு அவரை மீண்டும் தமிழகக் கட்சியைச்

சீரமைக்க சென்னைக்கு அனுப்பியது. அவர் ஒவ்வொரு ஊருக்கும் ஒரு தலைவரை அனுப்பி கட்சியைப் புனரமைக்க முயன்றார். அவர் சென்னை முதலமைச்சர் குமாரசாமி ராஜாவுக்கு எழுதிய கடிதம் கட்சித் தோழர்களுக்கும், ஆதரவாளர்களுக்கும் உற்சாகமும் நம்பிக்கையும் ஊட்டியது. கட்சி வளரத் தொடங்கியது.

தலைமறைவாகச் செயல்படுவது மிகவும் கடினமாக இருந்தது. அப்போது பம்பாய் செல்ல வேண்டியிருந்ததால் ரேணிகுண்டாவில் மாறுவேஷத்தில் ஏறினார் பி.ஆர். ஆனால் அவருக்கு எதிரில் சி.ஐ.டி. இன்ஸ்பெக்டர் அய்யாச்சாமி ராமமூர்த்தியின் ஊனத்தை வைத்துக் கண்டுபிடித்து அவரைக் கைது செய்து விட்டார்.

1951இல் பிஆர் சிறையில் இருந்தபோது தேர்தல் வந்தது. கட்சி முடிவின்படி அவர் சிறையிலிருந்தே போட்டியிட்டார். மாபெரும் வெற்றி பெற்றார். சட்டமன்றத்தில் எதிர்க்கட்சித் தலைவரானார். ராஜாஜி குதிரைப்பேரத்தில் இறங்கினார். இரண்டு கட்சிகளுக்கு அமைச்சர் பதவி அளித்து முதலமைச்சரானார். அந்தப் பெருமையும் காங்கிரசுக்கே!

அதுவரை ஆங்கிலத்திலேயே சட்டமன்ற அலுவல்கள் நடைபெற, முதன்முதலில் வரவு செலவு குறித்து தமிழில் பேசி சாதனை படைத்தார் பி.ஆர். மற்ற கம்யூனிஸ்ட் உறுப்பினர்களும் தமது தாய்மொழியிலேயே பேசும் வாய்ப்பையும் உருவாக்கினார்.

மொழிவழியில் தமிழ்நாடு உருவாக வேண்டும் என்று பி.ஆர். அங்கு குரல் கொடுத்தார். முதல்வர் ராஜாஜிக்கும், பி.ஆருக்கும் ஏற்பட்ட வாக்குவாதம் மிகவும் பிரசித்தி பெற்றது. மு.க.வின் கல்லக்குடி போராட்டத்தில் ஏவப்பட்ட அடக்குமுறையைக் கடுமையாக எதிர்த்து சட்டமன்றத்தில் பேசியவரும் பி.ஆர்.தான்.

1953இல் ராஜாஜி கொண்டு வந்த குலக்கல்வித் திட்டத்தை கம்யூனிஸ்ட் கட்சி கடுமையாக எதிர்த்தது. இதற்கிடையில் காஷ்மீர் பெரும் பிரச்சனையில் சிக்கியது. அங்கு ஒரு கட்சிக் குழுவின் உறுப்பினராகச் சென்ற பி.ஆர். ஓர் அறிக்கையை அளித்தார். அதில் அவரது யோசனைகளைத் தெரிவித்தார்.

அப்போதுதான் குலக்கல்வி பற்றிய வாக்கெடுப்பு சட்டமன்றத்தில் நடந்தது. அங்கு பி.ஆர். இல்லாததால் ஒரு வாக்கில் கல்யாணசுந்தரம் வைத்த திருத்தம் தோற்றது. பி.ஆர். பார்ப்பனர்

என்பதாலேயே அங்கு இல்லாதிருந்ததாக திமுகவும் திகவும் அவதூறு செய்தன. அவர் முக்கியமான விஷயமாக காஷ்மீர் சென்றிருந்ததைக் கூட அவர்கள் பார்க்க மறுத்தனர்.

1956, டிசம்பர் 27 அன்று தமிழக சட்டமன்றத்தில் தமிழை ஆட்சி மொழியாக முன்மொழிந்து மசோதாவை நிதியமைச்சர் சுப்ரமணியம் வைக்க, அதை ஆதரித்துப் பேசினார் எதிர்க்கட்சித் தலைவர் பி.ஆர்.

1956ஆம் ஆண்டு ஜூலையில் தமிழ்நாடு என்று சென்னை மாநிலத்துக்குப் பெயரிடக் கோரி சங்கரலிங்கனார் விருதுநகரில் சாகும் வரை உண்ணாவிரதம் மேற்கொண்டார். பி.ஆர்.உடனே அங்கு விரைந்து அவரை உண்ணாவிரதத்தைக் கைவிடக் கோரினார். அவர் மறுத்தார். காங்கிரஸ்காரர்கள் அவரைத் தாக்காமல் கம்யூனிஸ்டுகள் பாதுகாத்தனர். எனினும் அவர் 77 நாட்களுக்குப் பின் உயிர் துறந்தார். உயிலின்படி அவரது உடலைக் கம்யூனிஸ்டுகள் பெற்று தகனம் செய்தனர். 1967இல் தி.மு.க. வெற்றி பெற்ற பிறகு தமிழ்நாடு எனும் பெயர் சூட்டப்பட்டது.

பி.ஆர். எதிர்க்கட்சித் தலைவராக இருந்தபோது அவருக்கு ஏற்கெனவே அறிமுகமாகி இருந்த அம்பாளைத் தனக்கு உதவியாளராக இருக்குமாறு கோரினார். அவரோ தன்னைப் பி.ஆர். திருமணம் செய்து கொள்ள வேண்டுமென்று நிபந்தனை விதிக்க, அதை ஏற்றார் பி.ஆர். மற்றவர்களின் வற்புறுத்தலால் சிறிய அளவில் வரவேற்பு நடத்தப்பட்டது. பெரியார் தான் கொடுத்த வாக்குறுதியின்படி திருமணத்துக்குத் தலைமை தாங்கினார்.

பி.ஆர், அம்பாள் இருவருக்கும் பொன்னி என்ற மகளும் வைகை என்ற மகளும் உண்டு. இன்றும் தொழிலாளர் நலன் காக்கும் வழக்கறிஞராக வைகை புகழ் பெற்று விளங்குகிறார்.

●

சென்னையில் எதிர்க்கட்சித் தலைவராக இருந்தபோதே பி.ஆர்., தில்லியில் கட்சிப் பத்திரிகையான நியூ ஏஜ்ஜில் ஆசிரியராகக் கட்சியால் நியமிக்கப்பட்டார். எனவே இங்கும் அங்குமாக மாறி மாறிப் பணியாற்றினார். கட்சி எடுத்த முடிவுகளை அவர் உடனடியாக எளிமையாக எழுதும் திறன் கொண்டிருந்தார். அச்சமயத்தில் அவர் ஏராளமான கட்டுரைகள், சிறு பிரசுரங்களை எழுதி வெளியிட்டார். சாதாரண மக்கள், தொழிலாளர்கள் ஆகியோரை எளிதில் அவரது எழுத்து சென்றடைந்தது.

கட்சியில் கருத்து மோதல் 1951இலேயே தொடங்கிவிட்டது. கல்கத்தா காங்கிரஸ் தெலுங்கானா வழியில் நேரு அரசை எதிர்த்துப் போராட வேண்டும் என்று முடிவெடுத்ததால் கட்சி தடை செய்யப்பட்டு கடும் தாக்குதலைச் சந்தித்தது. பிறகு அது தவறு என்ற நிர்ணயிப்பு ஏற்பட்டு, பி.டி.ரணதிவே பொதுச்செயலாளர் பொறுப்பிலிருந்து அகற்றப்பட்டார். பின்னர் கட்சிக் குழு ஒன்று சோவியத் சென்று ஸ்டாலினின் வழிகாட்டுதலைப் பெற்று வந்தது. அதன் வழியில் ஒரு கொள்கை அறிக்கை கல்கத்தாவில் கூடிய விசேஷ மாநாட்டில் விவாதிக்கப்பட்டது. அதிலும் பி.ஆர். கலந்து கொண்டார். ஆனால் அது சரிவராது என்று மூன்றே ஆண்டுகளில் தெரிந்து போனது.

1956இல் மீண்டும் பலத்த வேறுபாடுகள் தோன்றின. ஒரு தரப்பினர் காங்கிரசை ஆதரிக்க வேண்டுமென்றும், இன்னொரு தரப்பினர் காங்கிரஸ் முதலாளிகளுக்காகவே பொதுத்துறைகளை உருவாக்குகிறது, எனவே அதனுடன் ஒத்துப் போக முடியாது எனவும் வாதிட்டன. 1958இல் அமிர்தசரசில் கூடிய கட்சி மாநாட்டிலும் மீண்டும் திருத்தல்வாதம் தலைதூக்கியது.

1960இல் உலகக் கம்யூனிஸ்ட் கட்சிகளின் மாநாடு நடைபெற்றது. அதில் இந்தியக் கம்யூனிஸ்ட் கட்சியின் சார்பில் பி.ஆரும் சென்றார். அது வெளியிட்ட ஆவணத்திலும் கருத்து வேறுபாடு தோன்றியது.

1961இல் நடைபெற்ற கட்சி காங்கிரசில் அஜய்கோஷ் பொதுச் செயலாளரானார். அவர் திடீரென இறந்துவிட, புதிதாகத் தலைவர் பதவி தோற்றுவிக்கப்பட்டு டாங்கே தலைவராகவும், இ.எம்.எஸ். பொதுச்செயலாளராகவும் ஆனார்கள். உட்கட்சிப் போராட்டம் தீவிரமானது. தமிழகத்திலும் அது எதிரொலித்தது. திராவிடக் கட்சிகளுடன் கூட்டணியை பி.ஆர். வலியுறுத்தினார். அவரைத்தான் அவர்கள் பார்ப்பனர் என்று அவதூறு செய்து வந்தனர். 1962இல் தமிழகக் கட்சியின் தலைமையில் பெரும்பகுதி சீர்திருத்த வாதிகளாக இருந்ததால், ஜனசக்தி, என்.சி.பி.எச். உள்ளிட்ட அனைத்தும் அவர்கள் கைகளுக்குப் போய்விட்டன.

1962 இந்தியா சீனா போரில் ஒரு தரப்பினர் போரை வலியுறுத்த, மறுதரப்பு பேச்சுவார்த்தை மூலமே தீர்வு காண வேண்டுமென்றது. அவர்கள் தேசத்துரோகிகள் என்று முத்திரை குத்தப்பட்டனர். அது குறித்து பி.ஆர். விளக்கமாக ஒரு பிரசுரம் எழுதினார். அவருக்கும் தேசத்துரோகப் பட்டம் சூட்டப்பட்டது. கட்சி தேசிய கவுன்சிலில்

இவர்களது தீர்மானம் நிராகரிக்கப்பட்டது. அடுத்த மூன்று வாரங்களில் அனைவரும் கைதாயினர். வெளியிலிருந்த டாங்கே போன்றோர் இது குறித்துப் பேசவேயில்லை. பி.ஆர். தலைமறை வானதாகக் கூறப்பட்டது. ஜீவா ஒரு அறிக்கையை வெளியிட்டு அதில் தமிழகக் கட்சிக்குத் தொடர்பு இல்லையென்றார். தமிழகக் கட்சி அணிகள் அவருக்கு எதிராகக் கொந்தளித்தன. பின்னர் தன் தவறை உணர்ந்த ஜீவா வருந்தினார். விரைவில் இறந்தும் போனார்.

1963இல் கட்சித் தலைவர்கள் சிறையில் இருந்தபோது தீக்கதிர் உருவானது. பி.ஆரும், அப்துல் வகாபும் பெருமுயற்சி எடுத்து மதுரையில் அதற்கான இடத்தை ஏ.எஸ்.கே.அய்யங்காரிடம் வாங்கினர். அங்குதான் இன்றுவரை தீக்கதிர் செயல்படுகிறது.

1964 ஏப்ரலில் தேசியக் கவுன்சில் கூடியபோது 32 பேர் வெளிநடப்புச் செய்தனர். கட்சி பிளவுபட்டது. அவர்களில் பி.ஆரும் ஒருவர். ஏஐடியூசியின் துணைத்தலைவராக இருந்த பி.ஆர். நாடு முழுதும் சுற்றுப்பயணம் செய்து தொழிலாளர்களைத் திரட்டினார்.

கட்சியின் ஏழாவது காங்கிரஸ் கல்கத்தாவில் அக்டோபர் 31இல் கூடியது. பி.ஆர். பொலிட்பீரோ உறுப்பினரானார். சீன ஏஜெண்டுகள் என்று பொழியப்பட்ட அவதூறை எதிர்த்து விளக்கும் பொறுப்பு அவருக்குக் கொடுக்கப்பட்டது. அதைச் சிறப்பாக நிறைவேற்றினார் பி.ஆர்.

தொழிற்சங்கத்திலும் இதே போராட்டம் ஏற்பட, வேறு வழியின்றி ஏஐடியூசியிலிருந்து பிரிந்து சிஐடியூ உதயமானது. பி.ஆர். அதன் முதல் பொதுச்செயலாளரானார். தொழிற்சங்கங்களின் தேசிய பிரச்சாரக் குழுவை உருவாக்குவதிலும் சிஐடியூ எடுத்த முன்முயற்சியில் பி.ஆர். பெரும் பங்காற்றினார்.

பல நாடுகளுக்குத் தொழிற்சங்க மாநாடுகளுக்குச் செல்லும்போது அந்த நாட்டின் தொழில் வளர்ச்சியையும், புதிய கண்டுபிடிப்பு களையும் இந்தியாவுக்குப் பயன்படுத்த முடியுமா என்று முயல்வது பி.ஆர். வழக்கம். பழுப்பு நிலக்கரியின் பயன்பாட்டை ஜெர்மனியில் கண்ட பி.ஆர். நெய்வேலியில் அதைச் செய்ய முடியும் என்று அறிக்கை வெளியிட்டார். கட்சியின் பெரும் முயற்சியால் நெய்வேலி பழுப்பு நிலக்கரிச் சுரங்கம் அமைக்க அரசு சம்மதித்தது. இன்றும் நமக்குப் பயன்பட்டு வருகிறது.

தனது வாழ்நாளின் கடைசிப் பத்தாண்டுகளில் அன்னிய மூலதனம் மற்றும் பன்னாட்டு பகாசுரக் கம்பெனிகள் இந்தியாவில் நுழைந்து

கொள்ளையடிப்பதற்கு எதிராகச் செயல்பட்டார் பி.ஆர். அதில் மிகப்பெரிய போராட்டம் சீமென்ஸ் நிறுவனத்துடன் இந்திய அரசாங்கம் செய்யவிருந்த கூட்டை எதிர்த்த போராட்டமாகும். பெல்-சீமென்ஸ் ஒப்பந்தத்தின் மீது பி.ஆருக்கு பெரும் சந்தேகம் ஏற்பட்டது. அது சுயேச்சையான தொழில்நுட்ப வளர்ச்சிக்கு சாவுமணி அடித்து எப்போதும் பெருநிறுவனங்களைச் சார்ந்து நிற்கும் நிலையை ஏற்படுத்திவிடும் என்று உணர்ந்தார். இந்தியா முழுதும் பெரும் கொந்தளிப்பை ஏற்படுத்த, வேறு வழியின்றி இந்திராகாந்தி அந்த ஒப்பந்தத்தை ரத்து செய்ய வேண்டிய நிலை ஏற்பட்டது.

ரிசர்வ் வங்கி ஊழியர்கள் பிரச்சனைகளில் பி.ஆர். உ.ரா.வரதராசனுடன் சேர்ந்து தீர்வு கண்டார். அவர்களுக்கு எதிரான நடவடிக்கைகளிலிருந்து பாதுகாத்தார். 1979இல் ரிசர்வ் வங்கிப் போராட்டத்தின் போது உ.ரா. வரதராசன் உட்பட ஏராளமானோர் கைது செய்யப்பட அதிலும் பி.ஆர். தலையிட்டு தீர்வுகாண முயன்றார். உடன்பாடு ஏற்பட்டது. அதில் முக்கிய அம்சம் என்ன வென்றால் சிறையில் இருந்த நாட்களையும் வேலை நாட்களாகக் கருதுவது என்பதாகும். இந்தியாவிலேயே இது முதன்முறையாக நடந்தது.

1970இல் கணக்குத் தணிக்கையாளர் அலுவலகத்தில் (ஏ.ஜி.) ஒத்துழையாமைப் போராட்டத்தை சங்கம் தொடங்கியது. நிர்வாகம் அடக்குமுறையை ஏவியது. மத்திய அரசு ஊழியர் மகாசம்மேளனத்தின் மாநிலச்செயலாளரான எஸ்.சந்திரசேகர் பி.ஆரைச் சந்தித்து இதில் தலையிடுமாறு கேட்டுக் கொண்டார். பி.ஆர். அலுவலகத்துக்குள் வந்து நான்கு மாடிகளிலும் ஏறி இறங்கி போராட்டம் பெருவெற்றி என்பதைக் கண்டு கொண்டார். வெளியே வந்து சங்கத்தைப் பாராட்டிப் பேசினார். நேரடியாக தில்லிக்குச் சென்று சிஏஜியை அவரது வீட்டுக்கே சென்று சந்தித்துப் பேசித் தீர்வு கண்டார். எப்பொழுது யாரைச் சந்திக்க வேண்டும், யார் பேச்சுவார்த்தைக்குச் செல்ல வேண்டும், எப்படிப் பேச வேண்டும் என்பதெல்லாம் பி.ஆருக்கு அத்துப்படி.

இந்துஸ்தான் டெலிபிரிண்டர்ஸ் ஊதியப் பிரச்சனையால் பூட்டப்பட்டபோது அந்தப் போராட்டத்தில் பி.ஆர் தலையிட்டுத் தீர்வு கண்டார்.

தொழிலாளர்கள் தாக்கப்பட்டால் நேரடியாகக் களத்தில் நிற்பார் பி.ஆர். வெறும் பேச்சு பேசமாட்டார். சிம்சன் தொழிற்சாலையில்

தொழிலாளர்கள் மீது தாக்குதல் தொடுக்கப்பட்டபோது அவர் இரவு முழுதும் ஆலையின் வாசலிலேயே இருந்து காலையில் ஷிஃப்ட் முடிந்து வந்த தொழிலாளர்களை ஊர்வலமாக அழைத்துச் சென்றார். தொழிலாளர்கள் உத்வேகம் பெற்றனர்.

கட்சி முடிவு என்றால் நட்பு கூட அடுத்தபடிதான். சஞ்சீவரெட்டி குடியரசுத் தலைவரானால் இடதுசாரிகள் மீது கடும் தாக்குதலைத் தொடுப்பார் என்றும் வி.வி.கிரியை ஆதரிப்பது என்றும் கட்சி முடிவெடுத்த போது தனது நெருங்கிய நட்பையும் மீறி அதற்காக உழைத்தார் பி.ஆர். அவர் வெற்றி பெற்றார்.

ஆனால் அடுத்த தேர்தலில் தனக்குப் பிடித்த அரசியல் தெரியாத ருக்மணி அருண்டேலை குடியரசுத் தலைவராகத் தேர்ந்தெடுக்க வேண்டுமென பிரதமர் மொரார்ஜி தேசாய் அடம் பிடிக்க, இடதுசாரிகள் சஞ்சீவரெட்டியே மேல் என முடிவெடுத்தனர். அதிலும் பி.ஆர். ஈடுபட்டார். மொரார்ஜி தேசாய் அப்படிச் செய்தால் அரசே கவிழும் ஆபத்து விழுமென்று நள்ளிரவில் அவசர அவசரமாக மொரார்ஜிக்குக் கடிதம் கொடுத்தனுப்பினார் பி.ஆர். அவர் நினைத்தது நடந்தது. சஞ்சீவரெட்டி குடியரசுத் தலைவரானார்.

1980களிலிருந்தே பி.ஆரின் உடல்நலம் குன்றத் தொடங்கியது. 1983இல் சிஐடியூ மாநாட்டில் அவர் பொதுச்செயலாளர் பதவியிலிருந்து விடுபட்டு துணைத்தலைவரானார். 1984இல் மாநிலங்களவையில் அவரது பதவிக்காலம் முடிந்ததும் சென்னை திரும்ப முடிவெடுத்தார். தொடர்ந்து பணி செய்தார். தீக்கதிருக்குக் குறிப்புகள் எழுதினார். மாநிலக்குழு, செயற்குழு கூட்டங்களில் பங்கேற்றார்.

1987இல் மேலும் அவரது உடல்நிலை மோசமடையத் தொடங்கியது. அவரது நெருங்கிய தோழர் வி.பி.சிந்தன் மாஸ்கோ சென்றிருந்தபோது அங்கு காலமானார். பி.ஆர். மிகவும் துயரமடைந்தார். அஞ்சலிக் கூட்டத்தில் பேசும்போதே அழுதுவிட்ட அவரைத் தேற்றி அமர வைக்க வேண்டியிருந்தது.

செப்டம்பர் 25ஆம் தேதி கோவையில் ஸ்டேன்ஸ் மில் தியாகிகள் அரங்க மாநாட்டில் அவர் ஆற்றிய உரைதான் அவரது கடைசி உரையானது. டிசம்பர் 15இல் அவர் நிரந்தரமாக ஓய்வு பெற்றார்.

•

இ.எம்.எஸ்.நம்பூதிரிபாட்

இடைவிடாத போராளி

1957ஆம் ஆண்டு ஏப்ரல் 5ஆம் தேதி. இந்திய வரலாறு மறக்கமுடியாத ஒரு தினம். அன்றுதான் முதன்முறையாக கேரள மாநிலத்தில் கம்யூனிஸ்ட் கட்சி தலைமையிலான ஓர் அரசு ஜனநாயக முறையில் பெரும்பான்மை பெற்று ஆட்சியில் அமர்ந்தது.

நிலவுடைமை, கல்வி, அதிகாரப்பரவல் என்று பல முற்போக்கான முயற்சிகளை கட்சி உடனடியாக எடுக்க பிற்போக்குச் சக்திகள் அதிர்ந்து போயின. காங்கிரஸ் கட்சியின் பின்னணி ஆதரவுடன் இந்தச் சக்திகள் ஒன்றிணைந்து விமோசன சமரம் என்ற போராட்டத்தில் இறங்கின.

இதற்காகவே காத்திருந்ததுபோல் மத்திய அரசு 1959 ஜூலை 31 அன்று ஆட்சியைக் கலைத்தது. அதில் அமெரிக்கச் சதியும் இருப்பதைப் பின்னர் அங்கிருந்து வெளிவந்த ஆவணங்கள் காட்டுகின்றன. அந்தப் புரட்சிகர அமைச்சரவையில் முதல்வராகச்

செயல்பட்டு பிற்போக்கு சக்திகளின் வயிற்றில் புளியைக் கரைத்தவர் இ.எம்.எஸ்.நம்பூதிரிபாட்.

•

ஒரு நிலப்பிரபுத்துவ குடும்பத்தில் பிறந்தவர். பைத்தியக் காரர்களின் நாடு என்று சுவாமி விவேகாநந்தரால் இகழப்பட்ட கேரள மாநிலத்தைச் சேர்ந்தவர். சாதிகளிலேயே உச்சத்தில் இருந்த, மிகவும் பிற்போக்கான நம்பிக்கைகள், நடைமுறைகள் கொண்ட நம்பூதிரிக் குடும்பத்தைச் சேர்ந்தவர். பின்னால் அனைத்தையும் துறந்து முழுப் புரட்சியாளராக மாறியவர்.

குஞ்சு என்று அன்புடன் குடும்பத்தாரால் அழைக்கப்பட்ட சங்கரன் சிறப்பானவராகக் கருதப்பட்டதால் அவரது சகோதரர்கள் இருவர் பள்ளிக்கு அனுப்பப்பட்டாலும் இவர் வீட்டிலேயே இருத்தப்பட்டு வேதக்கல்வியைப் பயில வைக்கப்பட்டார். வேதங்களைத் தலைகீழாக ஒப்பிக்கக் கூடிய திறன் படைத்தவர்.

பின்னர் அவரும் அவரது சகோதரரும் மூன்றாம் படிவத்தில் பள்ளியில் சேர்ந்தனர். அவர் மிகவும் புத்திசாலியான மாணவராக இருந்தார். அவரது சாதி, வசதி காரணமாகப் பல மாணவர்கள் அவர்களை வெறுத்தாலும், அவரது அன்பான அணுகுமுறையால் அனைவரும் நண்பர்களாயினர். இவர்கள் இருவர் உட்பட நான்கே மாணவர்கள்தான் நம்பூதிரிகள். பள்ளிக்கல்வி பெறும் முதல் நம்பூதிரி மாணவர்களாக இவர்கள் இருந்தனர்.

ஐந்தாம் படிவத்தில் ஒரு சிறப்புப் பாடத்தைத் தேர்ந்தெடுக்க வேண்டியிருந்தது. பிரகாசமான மாணவர்கள் பொதுவாகக் கணிதத்தைத் தேர்வு செய்ய, சங்கரன் வரலாற்றைத் தேர்வு செய்தார். சமூகச் சீர்திருத்த இயக்கம், காங்கிரஸ் தொடர்பாக அவர் அறிந்திருந்தவை அவரை ஒரு சமூக ஊழியராக வேண்டும் என்ற உந்துதலை அளித்திருந்தன. அதற்கு வரலாறு தேவை என்று நினைத்தார் அவர். ஆனால் அச்சமயத்தில் அவர் தீவீர இந்து கருத்தியலில்தான் இருந்தார் என்பதையும் நினைவில் கொள்ள வேண்டும்.

நம்பூதிரி சமூகத்தில் இருந்த பிற்போக்கான நடைமுறைகளுக்கு எதிராகப் போராட வேண்டும் என்ற சீர்திருத்தக் கருத்துகள் இளைஞர்களிடம் தோன்றின. சங்கரனின் குடும்பம் மாப்ளா கலகத்தால் சிறிது காலம் பாலக்காட்டுக்கு மாறியது. அங்கு

நம்பூதிரி நல உரிமைச் சங்கத்துடன் தொடர்பு ஏற்பட்டது. அப்போதிலிருந்து தொடர்ந்து அச்சங்கம் நடத்திய பத்திரிகையில் எழுதத் தொடங்கினார். பின்னர் நம்பூதிரி இளைஞர் அமைப்பில் தீவிரமானார். 14 வயதில் அதன் ஸ்தலக் கிளையின் பொறுப்பையும் ஏற்றார்.

அவருக்கு முதலில் அரசியல் கற்றுக் கொடுத்தவை கோகலே, திலகர், காந்தி மூன்று தலைவர்கள் பற்றிய பிரசுரங்கள். சங்கரன் முதலில் காந்திமீதும், பின்னர் ஜவாஹர்லால் மீதும் ஈர்ப்புக் கொண்டார். கதர் அணியவும் இந்தியைக் கற்கவும் தொடங்கினார். மாத்ருபூமியைத் தொடர்ந்து படித்து, அரசியலைக் கூர்ந்து கவனித்தார்.

அவர் ஐந்தாம் படிவத்தில் படித்துக் கொண்டிருந்த போது சென்னையில் நடைபெற்ற காங்கிரஸ் மாநாட்டில் கலந்து கொண்டார். சைமன் கமிஷனைப் புறக்கணிக்கும் தீர்மானம் அங்கு நிறைவேறியது. அதை மலையாளத்தில் மொழிபெயர்த்ததுதான் அவரது முதல் அரசியல் செயல்பாடு. ஆனால் வகுப்புப் புறக்கணிப்பு என்று வந்தபோது அவர் கலந்து கொள்ளவில்லை என்பதை மிகவும் வருத்தத்துடன் பின்னர் பதிவு செய்துள்ளார்.

பின்னர் உயர்நிலைப்பள்ளிப் படிப்புக்காக அவர்கள் பாலக்காடு சென்றனர். அங்கிருந்த மூன்று மூத்த மாணவர்களிடமிருந்து விவாதத்தின் மூலம் அதிகப் பரந்த கண்ணோட்டத்தைப் பெற்றார்.

முதலில் இந்து மகாசபா மீது பற்றுக் கொண்டிருந்தார் இ.எம்.எஸ். பின்னர் நாம் பெருமை கொள்ளும் வகையில் பெரியாரின் போதனைகளாலும், கேரளப் பகுத்தறிவுப் பிரச்சாரங்களாலும் ஈர்க்கப்பட்டுத் தன்னை மாற்றிக் கொண்டார். விடுதலைப் போரில் நேரடியாகக் குதிப்பதற்கு முன்பே தமது மத, சாதி அடையாளங் களைத் துறந்து விட்டார். அதனால் சாதியத் தலைவர்கள் அவருக்கு மிகவும் நெருக்கமான அவரது தாயாரின் இறுதிச் சடங்கில் கலந்து கொள்ளக்கூடத் தடை விதித்து விட்டனர் என்பது இறுதி வரை அவருக்கு ரணமாக இருந்தது.

திருச்சூர் கல்லூரியில்தான் சோஷலிசம், கம்யூனிசம் புத்தகங்களைப் படித்து அறிமுகம் பெற்றார் இ.எம்.எஸ். தனது தினசரிக் கடமையை சரியாகத் திட்டமிட்டுச் செய்ததால் எல்லாவற்றிலும் முன்நின்றார். அப்போது நம்பூதிரி இளைஞர் சங்கத்தின் உன்னி நம்பூதிரி வாரப்பத்திரிகை நடத்த உதவி புரிந்த அவர் ஜவாஹர்லால்

நேருவின் சரிதையை மலையாளத்தில் எழுதினார். அதுதான் அவரது முதல் பிரசுரம்.

நேரடியாகக் களத்தில் குதிக்கும் எண்ணம் அவரை வாட்டிக் கொண்டே இருந்தது. இறுதியில் 1932 ஜனவரி 4 அன்று குருவாயூர் கோவில் திறப்பு சத்தியாகிரகத்தில் வகுப்பு புறக்கணிப்புப் போராட்டத்தை வெற்றிகரமாக நடத்திவிட்டுக் கல்லூரியில் இருந்து வெளியேறினார். நேரடியாக உப்பு சத்தியாகிரகத்தில் பங்கேற்கக் கள்ளிக்கோட்டை சென்றார். இதை எப்படியோ அறிந்த அவரது வீட்டினர் அவரைத் தடுக்க அவர் மதித்த இருவரை அனுப்பினர். ஆனால் அந்த முயற்சி வெற்றி பெறவில்லை. இ.எம்.எஸ். சத்தியாகிரகத்தில் ஈடுபட்டுக் கைதானார். மூன்று வருடத் தண்டனையும் நூறு ரூபாய் அபராதமும் விதிக்கப்பட்டது.

கள்ளிக்கோட்டை சப்ஜெயிலுக்குச் சென்றவுடன் அவரது எதிர்காலத் தோழரும் கேரளத்தின் கம்யூனிஸ்ட் இயக்க ஸ்தாபகருமான கிருஷ்ணபிள்ளையை சந்தித்தார். அங்கு பகத்சிங்கின் தோழர் கே.என்.திவாரி, வங்கப்புலி ஜதீன் தாவின் சகோதரர் கிரண்தா ஆகியோர் அவரது அறையிலேயே அடைக்கப்பட்டிருந்தனர். அங்கு புரட்சிகர அரசியலால் அவர் ஈர்க்கப்பட்டார்.

அவர் தண்டனைக் காலம் முடியுமுன்பே 1933, ஆகஸ்ட் 1 அன்றே விடுதலையானார். நம்பூதிரிகள் அப்படி மற்ற சாதியினருடன் இருந்து விட்டு வரும்போது சிலர் பிராயச்சித்தம் செய்தனர். இ.எம்.எஸ். உறுதியாக மறுத்ததால் சாதி விலக்கம் செய்யப் பட்டார்.

சிறையில் கிடைத்த பரந்த அரசியல் அறிவால் கட்டுரைகள் எழுதத் தொடங்கினார். அனைவரையும் போல் ரஷ்யப் புரட்சி அவரையும் ஆக்கிரமித்துக்கொண்டது. மீண்டும் மீண்டும் காந்தி தனது முக்கியப் போராட்டங்களை வாபஸ் பெற்றது பலருக்கும் அதிருப்தி அளித்தது.

விடுதலையான இ.எம்.எஸ். தீவிரமாக விவசாயப் போராட்டங்களில் பங்கெடுக்கத் தொடங்கினார். அச்சமயத்தில் பாட்னா காங்கிரஸ் மாநாட்டுக்கு இரண்டு நாட்களுக்கு முன் காங்கிரஸ் சோஷலிஸ்ட் கட்சி 1934இல் தொடங்கப்பட்டபோது மலபார் பகுதியில் கூட்டப்பட்ட கூட்டத்தில் இ.எம்.எஸ். அதன் பாட்னா மாநாட்டில் கேரளக் கிளை சார்பில் கலந்து கொள்வதென

முடிவெடுக்கப்பட்டது. அதன் பிரதிநிதியாக அவர் கலந்து கொண்டார்.

இதற்கிடையில் 1935இல் சுந்தரய்யாவுடன் அவரும், கிருஷ்ண பிள்ளையும் கம்யூனிசம் குறித்து நீண்ட உரையாடல் நடத்தினர். அவர்களது அழைப்பை ஏற்று சுந்தரய்யா கேரளம் வந்து சுற்றுப்பிரயாணம் மேற்கொண்டு கம்யூனிஸ்ட் கட்சியை உருவாக்கும் முயற்சியை எடுத்தார். மீண்டும் இரண்டு மாதங்களுக்குப் பின் எஸ்.வி.காட்டேவுடன் மீண்டும் வந்து நீண்ட விவாதம் நடத்தினார். அதன்பின் முறைப்படி அவர் கம்யூனிஸ்ட் கட்சி உறுப்பினராக இணைந்தார்.

ஏராளமான கம்யூனிஸ்டுகள் காங்கிரஸ் சோஷலிஸ்ட் கட்சியில் செயல்படத் தொடங்கினர். அவர்களது முயற்சியால் அதில் பலரும் கம்யூனிஸ்டுகளாயினர். கேரளத்தில் பெரும்பாலானோர் கம்யூனிஸ்டுகளாகி விட்டனர். அவர்கள் தொடர்ந்து காங்கிரஸ் சோஷலிஸ்ட் கட்சிக்கும், கம்யூனிஸ்டுகளுக்கும் முரண்பாடு முற்றிக் கொண்டே வந்தது. இவர்களது செயல்பாடுகளால் விவசாய இயக்கமும் தொழிலாளர் இயக்கமும் வலுவடைந்து கொண்டிருந்தன.

அவர் செயல்பட்ட மலபார் மிகவும் வலுவான தளமானது. அக்கட்சியின் சார்பில் தொடங்கப்பட்ட பிரபாதம் பத்திரிகையின் ஆசிரியராக இ.எம்.எஸ். செயல்பட்டார். இச்சமயத்தில் சட்டமன்றத் தேர்தலில் காங்கிரஸ் சார்பில் போட்டியிட அவர் அளித்த மனு இருமுறை நிராகரிக்கப்பட்ட பின் மூன்றாவது முறை ஏற்கப்பட்டு அவர் தேர்ந்தெடுக்கப்பட்டார்.

ஆனால் விரைவில் அமைச்சரவை ராஜினாமா செய்தது. அப்போது அமைக்கப்பட்டிருந்த ஒரு குழுவில் இடம் பெற்ற அவர் நிலப்பிரபுத்துவம் நஷ்ட ஈடின்றி ஒழிக்கப்பட வேண்டுமென்ற அறிக்கையைத் தயாரித்தார்.

இக்காலத்தில் கேரளத்தில் முற்போக்கு எழுத்தாளர் சங்கத்தின் உருவாக்கத்திலும் பங்கேற்றார் இ.எம்.எஸ். அவர்கள் நடத்திய இரண்டு நாடகங்கள் தொழிலாளர் மத்தியில் பிரபலமாயின. பின்னர் கேரள மாநிலம் உருவாக வேண்டுமென்ற எண்ணத்துக்கு இது அடித்தளமிட்டது.

•

கேரள மாநில காங்கிரஸ் கமிட்டியின் செயலாளராக இ.எம்.எஸ். இருமுறை பணியாற்றினார். மூன்றாவது முறை அவர் தேர்ந்தெடுக்கப்படவில்லை. இது அவரது வாழ்க்கையில் திருப்புமுனையாக அமைந்தது.

காங்கிரஸ் சோஷலிஸ்ட் கட்சியைச் சேர்ந்த 50 பேர் இணைந்து இந்தியக் கம்யூனிஸ்ட் கட்சியின் கிளையை அங்கு அமைத்தனர். 1939இல் போர் வெடித்த நிலையில் அவர் தலைமறைவாக வேண்டுமென கட்சி முடிவெடுத்தது. அதில் பயிற்சி பெற்றிருந்த கிருஷ்ணபிள்ளை வெளியே பணி செய்ய, அலுவலகப் பணிகளை இ.எம். எஸ். கவனித்தார்.

பல புத்தகங்களைப் படிக்கும் வாய்ப்பும் அடித்தட்டு மக்களுடன் தங்கிப் பழகும் வாய்ப்பும் கிடைத்தது. தற்செயலாக கிருஷ்ணபிள்ளை கைது செய்யப்பட்டு விட, அவர் பொறுப்பை ஏற்க வேண்டிய நிலை ஏற்பட்டது. அப்போது அங்கு சுந்தரய்யா வந்து அவருடன் இரண்டு நாள் தங்கி தலைமறைவு வாழ்க்கைக்குப் பயிற்சியளித்தார். 1942வரை இப்படிப் பணிபுரிந்தார்.

இரண்டாம் உலகப்போரில் சோவியத் தாக்கப்பட்டவுடன் கம்யூனிஸ்ட் கட்சியின் நிலைப்பாடு மக்கள் யுத்தமாக மாறியது. ஜப்பானிய ராணுவம் இந்தியாவின் கிழக்குப் பகுதிக்கே வந்து விட்டது. இந்நிலையில் பிரிட்டிஷ் ஏகாதிபத்தியத்தின் அகங்காரத்தையும் பாசிச யுத்தத்தையும் சேர்த்து எதிர்க்கும் மக்கள் போராட்டமாக மாற்ற வேண்டிய நிலை கட்சிக்கு ஏற்பட்டது. காங்கிரஸ் தலைவர்கள் வெள்ளையனே வெளியேறு இயக்கத்தின் காரணமாகக் கைது செய்யப்பட்டிருந்தனர்.

இங்கு ஒரு முக்கியமான விஷயத்தைப் பதிவு செய்கிறார் இ.எம்.எஸ். இந்த இடத்தில்தான் முதன் முறையாக காந்தி தனது அகிம்சையைக் கைவிட்டார் என்கிறார். 'ஒவ்வொரு இந்தியனும் அவன் அல்லது அவளது சொந்தத் தலைவர்' என்று அவர் கூறியதால் அவர்கள் இஷ்டப்பட்டதைச் செய்யலாம் என்றாக்கியது என்கிறார். (ஒரு இந்திய கம்யூனிஸ்டின் நினைவலைகள் – இ.எம்.எஸ். பக்கம் 124, 125).

தலைமறைவு காலத்தில் விட்டுவிட்டுச் சென்ற மனைவியையும் 3 வயது மகளையும் 27 மாதங்களுக்குப் பிறகே அவரால் பார்க்க முடிந்தது. விடுதலை பெற்றதும் கிடைத்த குடும்பச் சொத்தை விற்றுத் தன் மனைவியின் சம்மதத்துடன் கட்சிக்குக் கொடுத்து

விட்டார் இ.எம்.எஸ். கடைசிவரை விட்டுக் கொடுக்காமல் அவரது பொது வாழ்வில் இணைந்து நின்றார் அவரது மனைவி.

அப்போது நடைபெற்ற மாகாண சட்டசபைத் தேர்தலில் போட்டியிட்ட இ.எம்.எஸ். தோல்வியடைந்தார். எனினும் கட்சிக்கு நல்ல வரவேற்பு மக்களிடம் இருந்தது.

1946ஆம் ஆண்டு மாப்ளா கலவரத்தின் 25ஆவது நினைவு ஆண்டு. அப்போது கட்சி வெளியிட்ட 'அறைகூவலும் எச்சரிக்கையும்' என்ற பிரசுரம் பிரச்சனையைக் கிளப்பியது. இ.எம்.எஸ்சும், ஏ.கே.கோபாலனும் கைது செய்யப்பட்டனர். அப்போது ஜாமீன் கொடுக்கப்பட்டு வெளிவந்தாலும், 1947 ஜனவரியில் அம்மை நோய் பாதிக்கப்பட்டிருந்த இ.எம்.எஸ், அவரது மனைவி இரண்டாவது பிரசவத்துக்காகக் காத்திருக்கையில் கைது செய்யப் பட்டார். சிறைக்குச் சென்ற சில மணி நேரத்துக்குள் அவருக்கு இரண்டாவதாக மகன் பிறந்தான். அவர்கள் சிறையில் இருக்கும்போது தேசாபிமானி நடத்த ஏராளமான பிணையை அரசு கேட்க மக்கள் ஒன்றிணைந்து அதைக் கட்டிப் பத்திரிகையைக் காப்பாற்றினர்.

சுதந்திரம் அடைவதற்கு முன் சில வருடங்களில் கம்யூனிஸ்ட் கட்சித் தலைமையில் ஏராளமான விவசாயிகள் போராட்டங்கள் நாடு முழுவதும் வெடித்தது குறிப்பிடத்தக்கது.

நாடு சுதந்திரம் பெற்று பிரிவினையால் வகுப்புவாத வன்முறை வெடித்த போதும் மக்கள் ஒற்றுமைக்காக கம்யூனிஸ்டுகள் உயிரைப் பணயம் வைத்துப் போராடினர். 1948 கல்கத்தா மாநாட்டில் நேரு அரசைத் தூக்கியெறிவது என்ற முடிவால் கடும் தாக்குதல் தொடுக்கப்பட, இ.எம்.எஸ். மீண்டும் தலைமறைவானார்.

இந்த முடிவு குறித்துப் பெரும் உட்கட்சிப் போராட்டம் நடைபெற்றபோது, அதைச் சரி செய்ய ஒரு குழு சோவியத் சென்று ஸ்டாலினைச் சந்தித்தது. அப்போது மத்தியக்குழு அலுவலகத்தின் பொறுப்பை இ.எம்.எஸ். ஏற்றார். இக்காலத்தை கேரளக் கட்சியின் கடந்த காலத்தைப் பரிசீலிப்பதற்கு அவர் பயன்படுத்திக் கொண்டார். அவர் எழுதிய பழைய பிரசுரங்களைத் திருத்தி எழுதினார். பின்னர் நடந்த விசேஷ மாநாடு பழைய முடிவைக் கைவிட்டது. கட்சி மீதான தடை விலகியது. கட்சி முதல் தேர்தலுக்குத் தயாரானது.

இ.எம்.எஸ்.சின் இரண்டாவது தலைமறைவு வாழ்க்கை நான்கு ஆண்டுகளுக்குப் பின் முடிவுக்கு வந்தது. எனினும் இச்சமயத்தில் அவருடன் சில சமயங்களில் மனைவியும் பிள்ளையும் சேர்ந்திருந்தனர்.

சென்னை சட்டமன்றத் தேர்தலில் கட்சி சார்பில் போட்டியிட மனு செய்தபோது அவர் தலைமறைவாக இருந்ததால் மனைவி அவர் சார்பில் மனு தாக்கல் செய்தார். காங்கிரஸ் பெருமளவில் தோற்றாலும், இ.எம்.எஸ். தோல்வியடைந்தது அவர்களுக்கு வெற்றியாக இருந்தது.

அதன் காரணமாக அவர் தன் குடும்பத்துடன் சென்னைக்கும் பின் தில்லிக்கும் சென்று கட்சிப் பணியில் ஈடுபட்டார். பிறகு கேரளத்தில் கட்சி **1957**இல் வெற்றி பெற்றபோது மீண்டும் குடும்பத்துடன் கேரளம் திரும்பினார்.

மத்தியக்குழு அலுவலகத்தில் பணியாற்றியபோதே பல சமயங்கள் அவர் திருவாங்கூர் கொச்சி சென்று கட்சிப் பணிக்கு வழிகாட்டினார். கட்சிப் பத்திரிகை நடத்துவது, கிளர்ச்சிகளுக்கு வழிகாட்டுவது, பிரசுரங்கள் வெளியிடுவது, மற்ற கட்சிகளுடன் தொடர்பு எனப் பல வேலைகளை அவர் செய்தார். அஜய் கோஷ் நோய்வாய்ப்பட்டு சிகிச்சைக்காக சோவியத் சென்றபோது தாற்காலிகப் பொதுச்செயலாளராகவும் செயல்பட்டார்.

அங்கு பல நாடுகளின் தலைவர்களையும் சந்தித்தது மார்க்சிய லெனினியம் பற்றிய அவரது அறிவைப் பரந்ததாக்கியது. அதன் அனுபவங்களைக் கொண்டு பல பத்திரிகைகளில் கட்டுரைகளை எழுதினார். அதில் மகாத்மாவும் அவரது இசமும் என்ற தொடர் கட்டுரைகள் முக்கியமானவை. பின்னர் அது புத்தகமாகவும் வெளியானது. (தமிழில் பாரதி புத்தகாலயம் வெளியிட்டுள்ளது). அது மகாத்மாவைப் பற்றிய நேர்மறை-எதிர்மறைப் பார்வைகளை முன்வைத்தது. பல நாடுகளைச் சேர்ந்த அறிஞர்களுக்கு அந்நூல் உதவியாக இருந்தது. காந்தி தன் இறுதி விருப்பங்கள் நிறைவேறாத நிலையில் மனச்சோர்வுடன் ஒரு வகுப்புவாத வெறியனால் சுடப்பட்டுத் தன் மரணத்தைத் தழுவினார்.

இதற்கிடையில் நடந்த மூன்றாவது மாநாட்டிலும், நான்காவது மாநாட்டிலும் தொடர்ந்து உட்கட்சிப் போராட்டம் கொதித்துக் கொண்டே இருந்தது. **1956** செப்டெம்பரில் சீனக் கம்யூனிஸ்ட் கட்சியின் எட்டாவது மாநாட்டுக்கு இந்தியக் கம்யூனிஸ்ட் கட்சியின் சார்பில் சென்ற பிரதிநிதிக் குழுவின் தலைவராக

இ.எம்.எஸ். நியமிக்கப்பட்டார். அயல்நாட்டுத் தலைவர்களை முதன்முறையாக நேரடியாகச் சந்தித்தார் இ.எம்.எஸ். பல்வேறு கம்யூனிஸ்ட் கட்சித் தலைவர்களுடனும் இருதரப்புப் பேச்சுவார்த்தை நடந்தது. அந்தக் காங்கிரசில்தான் கலாசாரப் புரட்சிக்கான விதை ஊன்றப்பட்டது. அது இந்தியக் கட்சியையும் பாதித்தது.

அப்போது சூ என் லாய் இந்தியா வருவதாக இருந்தது. இந்த வருகையை காங்கிரஸ் தன் தேர்தலுக்குப் பயன்படுத்திக் கொள்ளும் என்று அஞ்சிய இந்தியக் கம்யூனிஸ்ட் கட்சி அவரை இப்போது வரவேண்டாம் என்று கேட்டுக் கொள்ளுமாறு இ.எம்.எஸ்.சைப் பணித்திருந்தது. ஆனால் அவர் அதை ஏற்க மறுத்தார். இது கம்யூனிஸ்ட் கட்சிகளின் நிலைப்பாட்டில் இருந்த வேறுபாடுகளை வெளிப்படுத்துகிறது என்கிறார் இ.எம்.எஸ்.

'சிறந்த கம்யூனிஸ்ட் ஆவது எப்படி' என்ற நூலையும், 'உட்கட்சிப் போராட்டம் நடத்துவது எப்படி' என்ற நூலையும் எழுதிய லியூசோஷியைச் சந்தித்து அவரிடம் விவாதித்தார். அப்புத்தகங்கள் அவரை மிகவும் கவர்ந்திருந்தன. வலதுசாரித் திரிபும் இடதுசாரித் திரிபும் தம் கட்சியையும் தாக்கும் என்று அஞ்சினார் இ.எம்.எஸ். அதைப் பற்றிக் கூட்டாக விவாதிக்க கமிஷன் ஏற்பாடு செய்யவும் தயார் என்றார்.

மாநாடு முடிந்ததும் அக்டோபர் 1 அன்று நடைபெற்ற தேசிய தினக் கொண்டாட்டம் அவரை மிகவும் ஆகர்ஷித்தது. அந்தப் பயணத்தில் சோஷலிச அரசுக்கான முதல் ஜன்னல் திறந்திருக்கும் மகிழ்ச்சியை அடைந்தார் இ.எம்.எஸ்.

திரும்பியதும் கேரளத் தேர்தலுக்கான பிரச்சாரத்தில் ஈடுபட்டார். அச்சமயத்தில் பொதுச்செயலாளர் அஜய்கோஷ் தவறான தகவல்களால் விடுத்த தவறான அறிக்கைகள் ஊழியர்களிடம் சோர்வை உண்டாக்கியதால் இ.எம்.எஸ். நேரில் சென்று அதை மறுக்க வேண்டியிருந்தது. அத்தேர்தலில் சிறு பெரும்பான்மை பெற்று முதல்வராகத் தேர்ந்தெடுக்கப்பட்டார் இ.எம்.எஸ்.

கவர்னர் மூலம் முதல் தடங்கலை உண்டாக்கிய காங்கிரஸ் பின்னர் ஊடகங்களையும் அரசுக்கு எதிராகக் களமிறக்கியது. பிரதமர் நேரு ஒருபுறம் சகவாழ்வு வாழ்வதாகக் கூறிக் கொண்டே கம்யூனிஸ்ட் அரசைக் கண்டித்தார். அதை காங்கிரஸ் தலைவர்கள் பயன்படுத்திக் கொண்டனர்.

எனினும் அரசு ஏழைகளுக்கு ஆதரவாக இருந்து ஜனநாயகப் பாரம்பரியத்தை முன்னெடுத்துச் சென்றது. தேர்தல் அறிக்கையில் கூறியது போல், காங்கிரஸ் ஏட்டளவில் வைத்திருந்த நலத்திட்டங்களை அமல்படுத்தும் வேலையில் இறங்கியது இ.எம்.எஸ். அரசு. அதுதான் அவர் செய்த மிகப்பெரிய 'பாவம்'.

●

நிலம், குடியிருப்பு என்று அனைத்து வகை இடங்களிலிருந்தும் மக்களை வெளியேற்றும் நடவடிக்கையைத் தடை செய்து ஓர் அவசரச் சட்டத்தை அரசு பிரகடனம் செய்தது. இதனால் நிலப்பிரபுக்களின் முதுகெலும்பு முறியத் தொடங்கியது. வேலைநிறுத்தம் செய்வோருக்கு எதிராகப் போலீசைப் பயன் படுத்தும் முறை நிறுத்தப்பட்டது.

மத்திய அரசின் உதவி இல்லாத நிலையில் தனியார் முதலீடு செய்ய நடவடிக்கை எடுக்கப்பட்டது. தனியார் பள்ளிகள் ஆசிரியர் களையும், பிற ஊழியர்களையும் சுரண்டுவதைத் தடுக்க புதிய கல்விக்கொள்கை அமலானது.

பாதிக்கப்பட்ட சுரண்டல்காரர்கள் மத்திய அரசின் ஆசியுடன் 'விமோசன சமரத்தில்' இறங்கினர். இதைப் பயன்படுத்திக் கொண்டு 28 மாதங்களில் அரசைக் கலைத்தது மத்தியிலிருந்த நேரு தலைமையிலான காங்கிரஸ்.

இந்நிலையில் நாடு முழுவதும் இ.எம்.எஸ் பயணம் மேற்கொண்டு ஜனநாயகத்தின் எதிர்காலம் குறித்து உரையாற்றவேண்டும் என்று கட்சி முடிவெடுத்தது. அவர் அதனைச் செயல்படுத்தினார். அப்போது இந்திய – சீன முரண்பாடு வெடித்ததால் அதைக் கட்சிமீது திருப்பிவிட்டது காங்கிரஸ். அதற்கும் இ.எம்.எஸ். பதில் சொல்ல வேண்டியிருந்தது. இந்நிலையில் கேரளத்தில் நடைபெற்ற தேர்தலில் பதிவான வாக்குகளில் 40% பெற்றது கட்சி.

சீனக் கம்யூனிஸ்ட் கட்சி சோவியத் கம்யூனிஸ்ட் கட்சியை நவீனத் திரிபுவாதம் என்று குற்றம் சாட்ட, இதை உள்நாட்டில் பயன்படுத்தியது காங்கிரஸ். உலக நிலைமை குறித்து சோவியத் கட்சியின் நிர்ணயிப்போடு முழுவதும் ஒத்துப்போகாத இ.எம்.எஸ். போன்றோர் சீன ஆதரவு என்று முத்திரை குத்தப்பட்டனர்.

இந்நிலையில் பொதுச்செயலாளர் அஜய் கோஷ் மரணமடைய அப்பொறுப்பை ஏற்குமாறு இ.எம்.எஸ்.சிடம் கோரினர்.

எதிர்த்தரப்பில் இருந்த டாங்கேவுக்காக சேர்மேன் என்ற பதவி உருவாக்கப்பட்டு, இ.எம்.எஸ். பொதுச்செயலாளரானார். இந்த ஒட்டு வேலை நீடிக்கவில்லை என்றாலும் மற்ற இடதுசாரிகள் ராஜினாமா செய்தாலும், இ.எம்.எஸ். தொடர்ந்தார்.

எனினும் அவர் சீன ஏஜெண்ட் என்று முத்திரை குத்தப்பட்டு மற்ற இடதுசாரிகளுடன் கைது செய்யப்பட்டார். ஒரு வாரம் கழித்து விடுதலை செய்யப்பட்டார். வலதுசாரிகள் போரை ஆதரிக்க, இடதுசாரிகள் பேச்சுவார்த்தை மூலமே தீர்வு காண வேண்டும் என்றனர். சீன ஆக்கிரமிப்பு குறித்து மற்ற கம்யூனிஸ்ட் கட்சிகளுக்கு எடுத்துக் கூற டாங்கே சென்றபோது அதில் ஒப்புதலின்றி அவர் கையெழுத்திட வேண்டியிருந்தது. மற்ற தோழர்கள் கைது செய்யப் பட்டதை எதிர்த்து அறிக்கை விடுவதிலிருந்து அவர் தடுக்கப்பட்டார். சுருக்கமாகச் சொல்வதானால் ஒரு பொம்மையாக அவர் செயல்பட வேண்டியிருந்தது.

எதிர்க்கட்சித் தலைவர் என்ற ஒரு வேலையைத் தவிர வேறு வேலை இல்லாததால் உட்கட்சிப் போராட்டத்தில் தனது பங்கைச் செய்ய முடிவெடுத்து ஒரு நூலை எழுதினார் இ.எம்.எஸ். இந்நிலையில் அவரை இரண்டு மாதம் ஓய்வெடுக்க வருமாறு சோவியத் அழைக்க, இ.எம்.எஸ் தனது மனைவியோடு அங்கு சென்றார். அங்கு கல்வியாளர்கள், இந்திய ஆராய்ச்சியாளர்களைச் சந்தித்து விவாதித்தார். கட்சி அமைப்பிலும் விவாதித்தார்.

இந்தியாவிலோ வலதுசாரிகள் இடதுசாரிகள் மீது நேரடித் தாக்குதல் தொடுத்துக் கொண்டிருந்தனர். இ.எம்.எஸ். அதை ஏற்கவில்லை. அப்போது 1920இல் டாங்கே ஆங்கிலேய அரசுக்கு எழுதிய கடிதம் ஒன்று வெளிவந்தது. அதை விவாதிக்க வேண்டுமென்று இ.எம்.எஸ். உள்ளிட்ட இடதுசாரிகள் கோரினர். டாங்கே அக்கூட்டத்துக்குத் தலைமை தாங்கக் கூடாது என்றும் கோரினர். அவை ஏற்கப்படாததால் 32 தோழர்கள் வெளிநடப்புச் செய்தனர். மற்றவர்கள் இவர்களைத் தாற்காலிக நீக்கம் செய்து தீர்மானம் நிறைவேற்றினர். சி.பி.ஐ.யிலிருந்து சி.பி.ஐ.(எம்.) உருவானது.

இப்போது இ.எம்.எஸ்.சும்., ஏ.கே.கோபாலனும் கேரளம் முழுவதும் சுற்றுப்பயணம் செய்து நிலைமையை விளக்கினர். சோவியத் கட்சியும் இந்திய அரசும் வலதுசாரிகளை ஆதரிக்க, இவர்கள் எந்தச் சொத்தும், ஆதரவும் இல்லாத நிலையில் இருந்தனர். ஏழாவது காங்கிரசில் தோன்றிய புதிய கட்சி தனது

நிலைப்பாட்டில் நிற்பதைக் கண்ட இ.எம்.எஸ். திருப்தி அடைந்தார்.

கட்சி பிளவுபட்ட நிலையில் கேரளத் தேர்தல் வந்தது. அப்போது மீண்டும் மத்திய அரசு சீன ஏஜெண்டுகள் என்ற பழைய பல்லவியைப் பாடி தலைவர்களைக் கைது செய்தது. அதில் அதிர்ஷ்டவசமாகக் கைது செய்யப்படாத இ.எம்.எஸ்.சின் மீது முழுப்பொறுப்பும் விழுந்தது.

சி.பி.ஐ(மார்க்சிஸ்ட்) என்ற பெயரைத் தேர்தல் கமிஷன் தான் கொடுத்தது என்ற சுவையான செய்தியைப் பதிவு செய்துள்ளார் இ.எம்.எஸ். ஏனென்றால் பழைய கட்சியிலிருந்து புதியதைப் பிரித்துக் காட்ட வேண்டியிருந்தது. அதில் சாதனையாக நிறைய தொகுதிகளை வென்றது கட்சி. இ.எம்.எஸ். ஆளுநரைச் சந்தித்துச் சிறையில் இருப்பவர்களை விடுவித்துத் தமக்கு ஆட்சி அமைக்க அனுமதி அளிக்குமாறு கோரினார்.

ஆனால் ஆளுநரோ சட்டமன்றத்தையே கலைத்து விட்டார். எனவே சிறையில் இருப்பவர்களை விடுவிக்க வேண்டிய நிலை உள்ளதைப் புரிந்து கொண்ட இ.எம்.எஸ். நாடு முழுவதும் இதற்காகப் பயணம் மேற்கொண்டு பிரசாரம் செய்தார்.

இந்நிலையில் பாகிஸ்தான் இந்தியா போர் மூளவும், மீண்டும் தாக்குதலுக்கு உள்ளானது கட்சி. பின்னர் பிரதமரான லால்பகதூர் சாஸ்திரி நம்பூதிரிபாட் ஏன் பாகிஸ்தானுக்குப் போகக் கூடாது என்று கேட்டார்! சில மாதங்கள் வெளியில் இருந்த இ.எம்.எஸ். கடும் பிரசாரத்தை மேற்கொண்டார். பேச்சுவார்த்தை மட்டுமே தீர்வு என்றும் வலியுறுத்தினார்.

1967இல் நடைபெற்ற கேரளத் தேர்தலில் மார்க்சிஸ்ட் தலைமையிலான ஐக்கிய முன்னணி வெற்றி பெற, இ.எம்.எஸ். மீண்டும் முதல்வராகத் தேர்ந்தெடுக்கப்பட்டார். 1970இல் இந்த ஆட்சியும் வீழ்த்தப்பட்டது. இந்திய கம்யூனிஸ்ட் கட்சியின் அச்சுதமேனன் தலைமையில் புதிய அரசு அமைந்தது.

இ.எம்.எஸ். 1978ஆம் ஆண்டு ஜலந்தரில் நடைபெற்ற மாநாட்டில் பொதுச்செயலாளராகத் தேர்ந்தெடுக்கப்பட்டார். இக்காலத்தில் அவரது முயற்சியால் கட்சியின் செல்வாக்குப் பெரிதளவு உலக அரங்கில் அதிகரித்தது. முதலில் சிபிஐ(எம்)மைத் தள்ளி வைத்த பல உலகக் கம்யூனிஸ்ட் கட்சிகள் அதனுடன் உறவு பூண்டன. பல நாடுகளுக்கும் சிபிஎம் குழு பயணம் மேற்கொண்டபோது அதில்

இ.எம்.எஸ். சென்று பேச்சுவார்த்தை நடத்தினார்.

இக்காலத்தில் பஞ்சாப் பிரச்சினை, மொழிப் பிரச்சினை, பாபர் மசூதி இடிப்பு, மத்திய மாநில உறவுகள், அந்நிய மூலதன ஊடுருவல் எனப் பல பிரச்சனைகளில் இந்தியா கொந்தளித்துக்கொண்டிருந்தது. ஒவ்வொருமுறையும் கட்சி சரியான நிலையெடுப்பதில் இ.எம்.எஸ். முக்கியப் பங்காற்றினார். எப்போதும் கட்சியில் அவர் உட்கட்சி ஜனநாயகத்தையும் ஜனநாயக மத்தியத்துவக் கோட்பாட்டையும் உயர்த்திப் பிடித்தார்.

1992இல் சென்னையில் நடைபெற்ற அகில இந்திய மாநாட்டில் அவர் வயது மூப்பு காரணமாகத் தனது பொறுப்பைத் துறந்தார். அப்போது புதிய பொதுச் செயலாளராக ஹர்கிஷன் சிங் சுர்ஜீத் தேர்ந்தெடுக்கப்பட்டார்.

அதன் பின் இ.எம்.எஸ். தனக்கு மிகவும் விருப்பமான எழுத்தாளர் பணியில் ஈடுபட்டார். முன்பும், சரி, இப்போதும் சரி, அவர் மிகவும் முக்கியமான விஷயங்கள் குறித்துப் பல கட்டுரைகளைத் தொடர்ந்து எழுதினார். தேசாபிமானியில் தினமும் கட்டுரை எழுதினார். சிந்தா வார இதழ், ப்ரண்ட்லைன் மாத இதழ் ஆகியவற்றுக்குத் தொடர்ந்து கட்டுரைகள் எழுதினார். (தமிழிலும் நூலாக வெளிவந்துள்ளது). தனது நெடிய பயணத்தில் ஆயிரம் கட்டுரைகளுக்கு மேல் எழுதியுள்ளார் இ.எம்.எஸ்.

கேரள விவசாய இயக்கம், மகாத்மா, நேரு, வேதங்களின் நாடு, தேசிய ஒருமைப்பாட்டுப் பிரச்சினைகள், இந்தியாவில் சோஷலிச மாதிரிப் பொருளாதாரமும் அரசியலும், மார்க்சியமும் இலக்கியமும், ஒரு இந்தியக் கம்யூனிஸ்டின் நினைவலைகள், நான் எவ்வாறு கம்யூனிஸ்ட் ஆனேன் எனப் பல புத்தகங்களையும் எழுதியுள்ளார். இந்திய கம்யூனிஸ்ட் இயக்கத்தின் ஒரு முன்னோடித் தத்துவவியலாளராகத் திகழ்ந்தார் இ.எம்.எஸ்.

தம் குடும்பத்துடன் நேரத்தைச் செலவழிக்க கிடைத்த வாய்ப்பை முழுவதும் பயன்படுத்திக்கொண்டார். அவர்களது அன்பான அணைப்பில் அவர் இருந்தார்.

1997இலிருந்து அவரது உடல்நிலை மோசமாகிக் கொண்டே வந்தது. 1998 மார்ச் 19 அன்று ஒரு கட்டுரையைச் சொல்லிக் கொண்டே இருக்க, தோழர் வேணு எழுதிக் கொண்டிருந்தார். உடல்நிலை மோசமடைந்தபோதும் சமாளித்தபடி அந்தக் கட்டுரையை முடித்துவிட்டு அடுத்ததைச் சொல்லத் தொடங்கிய

போது நிலைமை மோசமடைந்தது. விரைந்து மருத்துவமனைக்கு அழைத்துச் சென்றனர். தனக்கு விருப்பமான எழுத்துப் பணியைச் செய்து கொண்டிருந்த போதே தன் உயிரைத் துறந்துவிட்டார் இ.எம்.எஸ்.

சி.பி.ஐ.எம்.மின் பரம எதிரியான பாஜகவின் தலைவரும் அப்போதைய பிரதமருமான ஏ.பி.வாஜ்பாய் தன் இரங்கல் செய்தியில் தெரிவித்தார்: 'இ.எம்.எஸ். முனிவர் பரம்பரையின் ஒரு தொடர்ச்சியாவார். சிந்தனையின், செயலின் சங்கமம். அவர் ஓர் இடைவிடாத போராளி.'

●

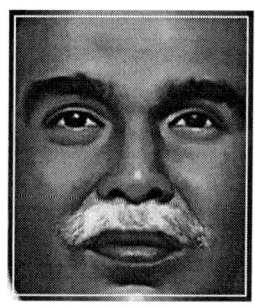

ப. ஜீவானந்தம்

ஜீவ காவியம்

வடசென்னையில் இருக்கும் ஒரு முக்கியமான ரயில் நிறுத்தம் வியாசர்பாடி ஜீவா. லட்சக்கணக்கான மக்கள் தினசரி அதைக் கடந்து சென்றாலும், எத்தனை பேர் அந்த மாமனிதன் ஜீவாவைப் பற்றி நினைத்திருப்பார்கள்? அந்த மாமனிதனின் சமாதி கூட சரியாகப் பராமரிக்காமல் இருந்ததை ஒரு பத்திரிகை சில ஆண்டுகளுக்கு முன் எழுதியிருந்தது. மூடியிருந்த அந்தக் கதவுக்கு இடையில்தான் நானும் பார்த்தேன்.

ஒருமுறை பேருந்து நிலையத்தில் ஒரு மனிதர் மயங்கி விழுந்துவிட, அருகில் இருந்த சில தோழர்கள் அவருக்கு தேநீர் கொடுத்து ஆசுவாசப்படுத்துகிறார்கள். அவர் கையில் ஒரு பையையும் ஜாக்கிரதையாக வைத்திருக்கிறார். ஏன் மயங்கி விழுந்தார் என மற்றவர்கள் கேட்க, நான் சாப்பிடவில்லை என்கிறார் அவர். கையில் இருக்கும் பையில்தான் நிறையப் பணம் இருக்கிறதே, சாப்பிட்டால் என்ன என்று கேட்க, அவர்

சொல்கிறார். 'இது கட்சிப் பணம். இதை எடுக்க முடியாது'. அந்த நேர்மைக்குச் சொந்தக்காரர்தான் ஜீவா.

நாஞ்சில் நாட்டில் பூதப்பாண்டி எனும் ஊரில் 21 ஆகஸ்ட் 1907 அன்று ஒரு ஆத்திகரும் நல்மனம் படைத்தவருமான விவசாயி பட்டன் பிள்ளை என்பவருக்கும் உமையம்மைக்கும் பிறந்தார் ஜீவா. அவருக்குப் பெற்றோர் இட்ட பெயர் சொரிமுத்து. மூன்று பிள்ளைகள் முதலில் இறந்து விட, நான்காவதாகப் பிறந்த இவருக்கு மூக்குக் குத்தி மூக்காண்டி என்ற பெயரையும் இட்டனர்.

படிப்பிலும் விளையாட்டிலும் சுட்டியாகத் திகழ்ந்தார் ஜீவா. துணிச்சல்காரராகவும் இருந்தார். மிகவும் பக்தியோடு இருந்த அவருக்குக் காலையில் எழுந்து குளித்துக் கோவிலுக்குப் போவது மிகவும் பிடித்தமானது. அவர் உருவாக்கிய கால்பந்து அணியின் பெயர் விவேகானந்தா புட்பால் டீம்.

இந்தியாவையே குலுக்கிக் கொண்டிருந்த சுதந்திரப் போராட்டம் இந்த மாணவனையும் ஈர்த்தது. காந்தியை மிகவும் விரும்பினார் ஜீவா. அவர் பெயரில் ஒரு வாசகசாலை ஏற்படுத்தினார், நாடகங்கள் நடத்தினார், சமூக சேவையிலும் ஈடுபட்டார்.

அப்போதே பாடல் இயற்றுவதில் திறமையை வெளிப்படுத்தித் தனது கருத்துக்களை மக்களிடம் எடுத்துச் சென்றார். ஐந்தாம் பாரத்தில் படிக்கும்போதே அவர் எழுதியவை எண்பது வெண்பாக்கள். இராட்டிண வெண்பா நாற்பது, கதர் வெண்பா நாற்பது. வாயடைத்துப் போன தமிழாசிரியர் மனமகிழ்ந்து வாழ்த்தினார். இக்காலத்தில் புத்தகங்களில் ஆழ்ந்த ஜீவா தமிழ் இலக்கியம் முதல் தலைவர்கள் வாழ்க்கை வரலாறுகள், வேதாந்தம் வரை தேடித்தேடிப் படித்தார்.

காந்திஜி தொடங்கிய தீண்டாமை ஒழிப்பிலும் அவர் தீவீரமாகக் கலந்து கொண்டார். பெரியார் நடத்திய வைக்கம் போராட்டத்தில் கலந்து கொண்டு அடி உதை பெற்றுக் கொண்டு மகிழ்ச்சியுடன் வந்து சேர்ந்தார். தனது புட்பால் டீமில் தன்னோடு ஜோசப் பூதலிங்கம் என்ற தாழ்த்தப்பட்ட மாணவனையும் சேர்த்துக் கொண்டு ஊருக்குள் செல்ல, கொதித்துப் போனார்கள் வைதீகர்கள். அப்பா அதைக் கண்டிக்க முழுமூச்சாகத் தன் தகப்பனை எதிர்த்தார் ஜீவா. அப்பா அவர் கொள்கையை விடச்சொல்ல, வீட்டை விட்டு வெளியேறிவிட்டார் ஜீவா.

அதற்கு முன் இறுதி வகுப்பில் இருந்தபோது அவரது தாயார் இறந்து விட, அவருக்குக் கொள்ளி வைக்க வேண்டுமென்றால் கதரில் வேட்டி கட்டினால்தான் ஈமச்சடங்கு செய்வேன் என்று பிடிவாதமாகக் கூற, எங்கும் கதர் கிடைக்காத நிலையில், வேறு வழியின்றி அவரது இளைய சகோதரர்தான் சடங்குகளைச் செய்தார். அந்த அளவுக்குக் கொள்கைப் பிடிப்புள்ளவர் ஜீவா.

முழு நேரமாகத் தீண்டாமை ஒழிப்பில் ஈடுபட்ட ஜீவா சுசீந்திரம் கோவிலுக்குள் தீண்டப்படாதவர்களை அழைத்துச் செல்ல, வைதீகர்கள் அவர்மீது காரி உமிழ்ந்தனர், தடியால் அடித்தனர். ஆனால் ஜீவா இதையெல்லாம் சகித்துக் கொண்டு, 'வழி விடுவீர்' என்று தான் எழுதிய பாடலைப் பாடிக் கொண்டு தடைகளை மீறிச் சென்றார். அப்பாடல் வீதியெல்லாம் எதிரொலித்தது.

அச்சமயத்தில் சுதந்திரப் போராட்ட வீரர்களில் ஒருவரான வ.வே.சு.ஐயர் சேரன்மாதேவியில் ஓர் ஆசிரமம் நடத்தி வந்தார். ஆனால் அங்கும்கூட சாதி அடிப்படையில் தனித்தனி சாப்பாடு போடப்பட்டது. இந்தக் கொடுமையை எதிர்த்து பெரியார் உள்ளிட்டோர் போராடி வந்தனர். தீண்டாமை வழக்கத்தால் மனம் நொந்த ஜீவா காரைக்குடிக்கு அருகில் சிராவயல் என்ற கிராமத்திற்குச் சென்று 'காந்தி ஆசிரமம்' என்ற ஒன்றைப் புதிதாகத் தொடங்கி அதன் பொதுச்செயலாளரானார். கும்பலிங்கம் என்பவர் தலைவர்.

சாதி வேற்றுமையின்றி, பாலின வேற்றுமையின்றி அனைவரும் சரிசமமாக அங்கு நடத்தப்பட்டனர். இரவுப் பள்ளிக்கூடங்களும், நூல் நூற்கும் நிலையங்களும் தாழ்த்தப்பட்டோர் குடியிருப்புகளில் ஏற்படுத்தப்பட்டன.

அங்கு ஒருமுறை வந்த வ.உ.சி., ஆண்களும், பெண்களுடன் நூல் நூற்பதைக் கண்டு முட்டாள்தனம் என்று பொங்கினார். அதை எதிர்கொண்ட ஜீவா பெண்களும் வீரத்துக்குக் குறைந்தவர்களல்ல, வாளேந்த வேண்டுமெனில் அவர்களும் ஏந்துவர். எனவே இருவரையும் பிரித்து பெண்கள்தான் நூல் நூற்க வேண்டும் என்பது தவறு என்று வாதிட்டார். வ.உ.சி. கண்ணியத்துடன் தமது கருத்தைத் திரும்பப் பெற்றுக் கொண்டு அன்று மாலை நடைபெற்ற கூட்டத்துக்குத் தலைமையேற்றார். ஜீவா பெண் விடுதலை என்ற தலைப்பில் நீண்ட நேரம் உரையாற்ற, பாரதி கண்ட கனவை நனவாக்கியதாக அவரை மிகவும் பாராட்டினார் வ.உ.சி.

1927இல் இந்த ஆசிரமம் குறித்து அறிந்த காந்தி அங்கு வருகை புரிந்தார். முழுதும் சுற்றிப் பார்த்து மகிழ்ந்த காந்தி 'ஜீவா உங்களுக்கு என்ன சொத்து இருக்கிறது?' என்று கேட்டார். ஜீவாவோ, 'இந்தியாதான் என் சொத்து' என்றார். காந்தி, 'இல்லை, இல்லை, நீங்கள்தான் இந்தியாவின் சொத்து' என்று சொல்லி ஆரத்தழுவினார்.

அப்போது காந்தியிடம் ஜீவா வர்ணாசிரம தர்மத்தைப் பற்றிக் கேள்வி கேட்க, அவர் அதை ஏற்பது போல் பதிலளிக்கவும், ஜீவா அந்தப் பேச்சை நிறுத்திக் கொண்டார்.

ஆசிரமத்தில் ஏராளமான தமிழ் நூல்களைக் கற்ற ஜீவா, தீவிரத் தனித்தமிழ் ஆர்வலராகி, 'உயிர் இன்பன்' என்று பெயரை மாற்றிக் கொண்டார். வ.ரா உட்படப் பலரும் அவரது தமிழ் உரையைப் பாராட்டினர். தனித்தமிழ் இயக்கத்தின் முகமாக இருந்த மறைமலை அடிகளை ஒருமுறை பார்க்கச் சென்றபோது, எதிர்பார்ப்புக்கு விரோதமாக அவர் பல பிற மொழிச் சொற்களைக் கலப்பதைக் கண்டார். அளவு கடந்த தனித்தமிழ்ப் பற்று தவறானது என்று புரிந்து கொண்டு மீண்டும் ஜீவாவாக மாறினார்.

அக்காலத்தில் மூடப்பழக்கங்கள், பெண்ணடிமைத்தனம், சாதிக் கொடுமை ஆகியவற்றை எதிர்த்து பெரியார் சுயமரியாதை இயக்கம் கண்டு தீவிரமாக ஈடுபட்டிருந்தார். அதில் இணைந்தார் ஜீவா. ஆசிரமத் தலைவருடன் முரண்பட்டதால் அங்கிருந்து வெளியேறி விட்டார். பின்னர் நாச்சியாபுரம் என்ற ஊரில் இன்னொரு ஆசிரமம் தொடங்கினார்.

அச்சமயத்தில் காங்கிரஸ் சமூகச் சீர்திருத்தத்தில் அக்கறை காட்டாததையும், சுயமரியாதை இயக்கம் சுதந்திரத்தில் அக்கறை காட்டாததையும் கண்டு சிந்தனை வயப்பட்டார் ஜீவா. அப்போதுதான் கம்யூனிஸ்டுகள் மீதான மீரட் சதிவழக்குகள் பற்றிய செய்திகள் வந்து கொண்டிருந்தன.

அந்தக் காலகட்டத்தில் சத்தியாகிரகம் வர, ஜீவா பங்கேற்க வேண்டாம் என அவருடன் இருந்தவர்கள் கூறினர். எனவே ஆசிரமத்தைக் கவனித்துக் கொள்ள அவர் அங்கு தங்கினார். எனினும் அடக்குமுறை அதிகமாகவும் அவரும் குதித்தார்.

அதைக் கண்டித்து நடந்த ஓர் ஆலோசனைக் கூட்டத்தில் சாதி, மதத்தை எதிர்த்து உணர்ச்சி ததும்பப் பேசினார். ஊர்க் கட்டுப்பாட்டை மீறி ஊர்வலமும் சென்றார். அதைக் கண்டு அவரது

நண்பர் அவரைச் சரமாரியாக வெட்டி விட்டார். எனினும், வெட்டிய நண்பரைக் காப்பாற்றி விட்டுப் பல வாரங்கள் மருத்துவமனையில் கிடந்தார் ஜீவா. கடைசிவரை அந்தத் தழும்பு மறையவில்லை.

1932இல் காரைக்குடியில் போராட்டக்குழு தலைவராகி சத்தியாகிரகத்தில் கைது செய்யப்பட்டு ஒருவருடம் கடுங்காவல் தண்டனை பெற்றார். சிறையில் வங்கப் புரட்சியாளர்களையும் லாகூர் சதிவழக்குக் கைதிகளையும் சந்தித்து கம்யூனிசம் பற்றித் தீவீர விவாதம் செய்து அதை அறிந்து கொண்டார். ஏற்கெனவே அவரிடம் இருந்த கம்யூனிசக் கருத்துகள் வேர் பிடித்தன.

1933இல் தன்னை கம்யூனிஸ்ட் என்று காங்கிரஸ் மாநாட்டிலேயே பிரகடனப்படுத்திக் கொண்ட தோழர் சிங்காரவேலு சுயமரியாதை இயக்கத்திலும் ஈடுபட்டார். அவருடன் தொடர்பு கொண்ட ஜீவா அவரது விரிந்த நூலகத்தைப் பயன்படுத்தி நிறையப் படித்தார்.

பெரியாரும் சோவியத்தை நேரில் பார்த்துத் திரும்பினார். சுயமரியாதைக் கூட்டங்களில் கம்யூனிசமும் சோஷலிசமும் பேசப் பட்டன. ஜீவா குடியரசு, பகுத்தறிவு, புரட்சி ஆகிய பத்திரிகைகளில் தொடர்ந்து கட்டுரைகள் எழுதத் தொடங்கினார். தமிழகத்தின் தரமான இலக்கியங்களை முன்னெடுத்து வந்த தாமரை இதழைக் கொண்டு வந்தவர் ஜீவா.

•

சுயமரியாதை இயக்கத்திலும் கம்யூனிசத்திலும் ஈடுபட்ட ஜீவாவுக்கு காந்தி மேல் இருந்த பற்று விரைவாக விலகிக்கொண்டது. முன்பு அவரை எந்த அளவுக்கு ஆதரித்தாரோ, அதே அளவுக்கு அவரைக் கடுமையாக எதிர்க்கத் தொடங்கினார் ஜீவா. அவரது அனைத்துக் கொள்கைகளையும் எதிர்த்து அவை எந்த வகையிலும் தீர்வாகாது என்று தீர்மானமாக நின்றார் ஜீவா.

1934ஆம் ஆண்டில் மத்திய சட்டசபைகளுக்குத் தேர்தல் வர, பெரியாருக்கும் ஜீவாவுக்கும் இடையிலான விரிசல் பெரிதானது. பெரியார் சமூகச் சீர்திருத்தத்தைத் தாண்டி வரத் தயங்கி, சமதர்மக் கொள்கையைக் கைவிடவும் செய்தார். ஜீவாவோ சமூகப் புரட்சியை நோக்கி முன்னேற வேண்டுமென்ற நிலையெடுத்தார்.

சமதர்மம் என்ற பத்திரிகையைத் தொடங்கி அதை ஜோலார் பேட்டையிலிருந்து பிரசுரித்தார். புரட்சி வீரர் பகத்சிங்கின்

'நான் ஏன் நாத்திகனானேன்?' என்ற புத்தகத்தை மொழிபெயர்த்துத் தமிழில் வெளியிட, அவரைச் சிறையில் தள்ளியது பிரிட்டிஷ் அரசு. பெரியார் அதற்காக ஜீவா மன்னிப்புக் கேட்டு வெளியே வர வேண்டுமெனக் கட்டளையிட, வேறு வழியின்றி அவ்வாறே மனமில்லாமல் செய்தார் ஜீவா.

1935இல் திருத்துறைப்பூண்டியில் நடந்த மாநாட்டில் விரிசல் பகிரங்கமாக வெடித்தது. ஜீவா கடும் கேள்விகளை எழுப்பிவிட்டுப் பல வாலிபர்களுடன் வெளியேறி சுயமரியாதை சோஷலிஸ்ட் கட்சியை அமைத்தார்.

அப்போதுதான் அமீர் ஹைதர்கான் சென்னைக்கு வந்து கம்யூனிஸ்ட் கட்சியை அதிகாரப்பூர்வமாகத் தொடங்கும் முயற்சியில் இறங்கினார். அவர் தொடங்கிய இளம் கம்யூனிஸ்டுகள் கழகத்தின் மீது அரசு தாக்குதல் தொடுக்க அவர்களைத் திரட்டி ஏ.எஸ்.கே.அய்யங்காரும், சுந்தரய்யாவும் தொழிலாளர் பாதுகாப்புச் சங்கத்தை ஏற்படுத்த, அதனுடன் தொடர்பு கொண்டார் ஜீவா.

அதன் மாநாடு 1935இல் சென்னையில் நடைபெற்றபோது அதில் கலந்து கொண்ட எஸ்.வி.காட்டே அவரைக் கம்யூனிஸ்ட் கட்சியின்பால் இழுத்தார். தனது கொள்கைகளுடன் அக்கொள்கைகள் முழுவதும் பொருந்துவதைக் கண்ட ஜீவா, முழுமையான கம்யூனிஸ்டாக மாறினார். எனினும் வெளியே சோஷலிஸ்டாகத்தான் அறியப்பட்டிருந்தார்.

1935இல் காங்கிஸ் சோஷலிஸ்ட் கட்சி தொடங்கப்பட்டபோது அதற்குள் இருந்து செயல்படுவோம் எனக் கம்யூனிஸ்டுகள் முடிவு செய்தனர். அதற்கான தமிழக அமைப்புக்குழுவின் செயலாளராக பி.ஸ்ரீநிவாசராவ் தேர்வாக, கட்சியைத் தமிழகமெங்கும் அமைக்கும் பொறுப்பு ஜீவாவிடம் விடப்பட்டது. முன்னர் 1936இல் தொடங்கிய சுயமரியாதை சோஷலிஸ்ட் கட்சியின் மாநாட்டைத் திருச்சியில் கூட்டிய ஜீவா, அதை அப்படியே கலைத்துவிட்டு காங்கிரஸ் சோஷலிஸ்ட் கட்சியில் இணைத்தார்.

1936இல் சென்னையில் சென்னை மாகாண தொழிற்சங்க காங்கிரஸ் தோற்றுவிக்கப்பட்டபோது ஜீவா அதன் பொதுச்செயலாளரானார். தமிழகக் காங்கிரஸ் சோஷலிஸ்ட் கட்சியின் பொதுச்செயலாளராக வும் தேர்வானார். 1937இல் வேலூரில் கூடிய அகில இந்திய காங்கிரஸ் கமிட்டியில் அவர் அதன் கமிட்டி உறுப்பினராகத்

தேர்ந்தெடுக்கப்பட்டார். அதே 1936இல் தமிழகத்தில் முதல் கம்யூனிஸ்ட் கட்சிக் கிளை உருவானது. அதன் முதல் கிளையில் இருந்த எட்டுப் பேரில் ஜீவாவும் ஒருவர்.

அக்காலகட்டத்தில் ஜீவா உள்ளிட்ட இளம் கம்யூனிஸ்டுகள் தீவீரமான தொழிற்சங்கப் பணியில் ஈடுபட்டிருந்தனர். அவர்கள் டிராம்வே தொழிலாளர் சங்கம், கள்ளிறக்கும் தொழிலாளர் சங்கம், அச்சகத் தொழிலாளர் சங்கம் போன்ற பல சங்கங்களை வழிநடத்திப் பெரும் வேலைநிறுத்தப் போராட்டங்களை நடத்தினர். அவர்கள் பணி செய்து வந்த அலுவலகம் ஸ்ட்ரைக் ஆபீஸ் என்றே அழைக்கப்பட்டது.

ஜீவா ஒலிபெருக்கி இல்லாத அக்காலத்தில் தனது உரத்த குரலில் உணர்ச்சியூட்டும் உரைகளை நிகழ்த்தி தொழிலாளர்களை வீறு கொண்டெழச் செய்வார். அவரது பேச்சைக் கேட்பதற்கே ஆயிரக்கணக்கான தொழிலாளர்கள் திரளுவார்கள். அப்படியே பல தொழிற்சங்கங்களை அவர்கள் உருவாக்கினார்கள்.

கோவையில் லட்சுமி மில் போராட்டத்தில் ஜீவாவின் சங்கநாதம் புகழ்பெற்றது. அவர் இயற்றி கோவை ராம்தாஸ் பாடிய பாடல் வரலாற்றுப் புகழ் மிக்கது:

'காலுக்குச் செருப்புமில்லை
கால் வயிற்றுக் கூழுமில்லை
பாழுக் குழைத்தோமடா தோழனே'

என்று தொடங்கும் இப்பாடல் தமிழகத்தில் சுதந்திரப் போராட்டத்துக்கே உத்வேகமூட்டியது.

1939இல் இரண்டாம் உலகப்போர் தொடங்கியது. போரை எதிர்த்த கம்யூனிஸ்டுகளை வேட்டையாடியது பிரிட்டிஷ் அரசு. கைதான ஜீவா இரண்டரை மாதங்கள் சிறைப்பட்டார். வெளியே வந்தவர் சுற்றுப்பிரயாணத்தில் ஈடுபட்டார்.

மோப்பம் பிடித்த அரசு அவரைச் சென்னை மாகாணத்தை விட்டே வெளியேற்றியது. புதுச்சேரிக்குச் சென்ற அவரை அங்கிருந்து அந்த அரசு விரட்டியது. பம்பாய்க்குச் செல்ல உத்தரவு வந்தது. அங்கும் ஆறு மாதத்தில் கைது செய்து வேலூர் சிறைக்குக் கொண்டு வந்தது. 1942இல் விடுதலை பெற்று வெளியே வந்தவரை அங்கேயே கைது செய்து திருவாங்கூர் கொண்டு சென்றது அரசு. அப்படியே பத்து நாளில் பூதப்பாண்டிக்குக் கொண்டு சென்று வாய்ப்பூட்டுச் சட்டம்

போட்டு அவரது வீட்டிலேயே அடைத்தது அரசு.

அந்தச் சமயத்தில் அங்கு காந்தி ஜெயந்தி கொண்டாடப் பட்டபோது, அதில் ஜீவா தாம் அறிந்த காந்தி பற்றி உரையாற்றினார். அவர்மீது வழக்குத் தொடரப்பட்டு ஒரு வருடக் கடுங்காவல் தண்டனையும் 500 ரூபாய் அபராதமும் விதிக்கப்பட்டது. எனினும் மேல் நீதிமன்றம் அதை ரத்து செய்தது.

கடைசியில் 1944இல்தான் கிராமத்தை விட்டுப் போகக்கூடாது என்ற உத்தரவு ரத்தானது. எனினும் சென்னைக்குள் நுழையத் தடை நீடித்தது. அதை எதிர்த்துத் தொழிற்சங்கங்களும் விவசாயச் சங்கங்களும் போராட இறுதியில் அதுவும் 1945, அக்டோபர் 5 அன்று ரத்தானது.

சென்னை திரும்பிய ஜீவா தொழிலாளர்களின் உணர்ச்சிமிகு வரவேற்பில் தள்ளாடினார். மாலைகளைச் சுமக்க முடியாமல் சுமந்தார்.

1946இல் நடந்த தமிழகத் தேர்தலில் ஜீவா போட்டியிட்டாலும் வெற்றி பெற முடியவில்லை. தூக்கிப் போட்டுவிட்டு செயலில் இறங்கினார் அவர்.

1946 பிப்ரவரி 18. பம்பாயில் மாபெரும் கப்பற்படை எழுச்சி வெடித்தது. ராயல் இந்தியன் நேவியின் 'தல்வார்' என்ற கப்பலில் இருந்த வீரர்கள் பிரிட்டிஷ் அதிகாரிகளின் மனிதாபிமானமற்ற நடத்தையைக் கண்டித்து வேலைநிறுத்தத்தில் இறங்கினர். விரைவில் அது அனைத்துத் துறைமுகங்களுக்கும் பரவியது. அவர்களுக்கு ஆதரவாக மக்கள் தெருவில் இறங்கி ராணுவத்துடன் மோதினர். ஏராளமானோர் உயிர்த்தியாகம் செய்தனர். கம்யூனிஸ்ட் கட்சி மட்டுமே அந்த எழுச்சியை ஆதரித்தது.

நாடெங்கும் கம்யூனிஸ்டுகள் தலைமையில் மக்கள் பேரணி நடத்தினர். சென்னையில் நடந்த பேரணியில் உணர்ச்சிமிகு உரையாற்றியவர் ஜீவா. அந்தப் படத்தைப் பார்த்தால் நமக்கே நெருப்புப் பற்றிக் கொள்ளும். முக்கியக் கட்சிகள் ஆதரிக்காததால் அந்த வீரர்கள் சரணடைய வேண்டி வந்தது.

1947இல் இந்தியா விடுதலை பெற்றது. 1948-50 காலகட்டத்தில் கம்யூனிஸ்ட் கட்சி தடை செய்யப்பட்டு, கடுமையான தாக்குதல் தொடுக்கப்பட்டது. ஏராளமான தலைவர்கள் கைது செய்யப் பட்டனர். ஜீவா ரகசியமாகப் புதுவைக்குக் கப்பலில் தப்பினாலும்,

விரைவிலேயே கைது செய்யப்பட்டு வேலூர் மத்திய சிறையில் அடைக்கப்பட்டார்.

இதற்கிடையில் 1948இல் அவருக்கும் பத்மாவதி அம்மாவுக்கும் எளிய முறையில் திருமணம் நடைபெற்றது. கலந்துகொண்ட முப்பது பேருக்கு ஆளுக்கு அரை (!) லட்டும், தேநீரும் வழங்கப்பட்டது. ஒரு குடிசையில் குடியேறினார் ஜீவா. விரைவில் கைதாகிவிட்டார்.

வேலூர் சிறையிலும், நாடு முழுதும் அவர்கள்மீது கடும் தாக்குதல் தொடுக்கப்பட்டது. தாக்குவதற்குப் புதிய புதிய முறைகளை யெல்லாம் கையாண்டது போலீஸ். ஆயிரக்கணக்கான கம்யூனிஸ்டு களைப் பலிவாங்கிய தாக்குதல். சேலத்தில் சிறையைப் பூட்டிவிட்டு சுட்டுக் கொன்ற நிகழ்வும் நடந்தது. அப்போது நேரு தலைமையிலான புதிய ஆட்சியை வீழ்த்துவது என்று கட்சி எடுத்த நிலைப்பாடு தவறு என்ற எண்ணம் ஜீவா தலைமையிலான பெரும் பகுதியினருக்கு இருந்தது. அவர்கள் சிறையின் வேறு பகுதிக்குக் கொண்டு செல்லப்பட்டனர்.

1951இல் கட்சி எடுத்த நிலைப்பாடு தவறென்று ஒப்புக்கொள்ளப் பட்டது. தமிழகத்தில் சிதறிக் கிடந்த கட்சியை ஒருங்கிணைக்க பி.ஆர். வந்து சேர்ந்தார். அப்போது நடக்கவிருந்த அகில இந்திய மாநாட்டின் பிரதிநிதிகளாகப் பி.ஆர்., ஜீவா, வி.பி.சிந்தன் ஆகியோர் தேர்ந்தெடுக்கப்பட்டனர். 1951இல் தமிழகம் முழுவதும் ஜீவாவின் துணைவியார் பத்மாவதி அம்மையாரும், சர்க்கரைச் செட்டியாரும் பயணம் செய்து தொழிற்சங்கங்களுக்குப் புத்துயிர் ஊட்டினர்.

1951 இறுதியில் சுதந்திர இந்தியாவின் முதல் பொதுத்தேர்தல். புதிய தேர்தல் அறிக்கையுடன் களம் இறங்கிய கட்சியின் சார்பில் வெற்றி பெற்ற 13 பேரில் சென்னை வண்ணாரப்பேட்டையிலிருந்து ஜீவா தேர்ந்தெடுக்கப்பட்டார்.

சட்டசபையில் அவர் ஏராளமான மக்கள் பிரச்னைகளுக்காகக் குரல் கொடுத்தார். சென்னை ராஜதானியிலிருந்து மொழிவழி மாநிலங்கள் பிரிக்கப்பட வேண்டும் என்று முதல் குரல் கொடுத்தது கம்யூனிஸ்ட் கட்சி. ஜீவா அந்தக் குரலை எதிரொலித்தார்.

•

ராஜாஜி ஆட்சியில் பசியும் பட்டினியும் தலைவிரித்தாட, சட்டசபை உறுப்பினர்கள் தமது தொகுதி மக்களுக்காகக் குரல்

கொடுத்தனர். ராஜாஜியோ அவர்கள் தொகுதிக் கண்ணோட்டத்தை விட வேண்டுமென்று காயப்படுத்திப் பேசிவிட்டார்.

மறுநாள் எழுந்த ஜீவா, 'ராஜாஜி தொகுதியிலிருந்து தேர்வாகாமல் பின்வழி வாசலில் வந்தவர். அவருக்குத் தொகுதிக் கண்ணோட்டம் இருக்க முடியாது' என்று இடித்துரைக்க ராஜாஜியே கைதட்டி விட்டார். யார் மக்கள் நலனுக்கு முட்டுக்கட்டை போட்டாலும் ஜீவா எதிரியாகிவிடுவார்.

'தமிழ்நாடு' என்று பெயரிடக் கோரியும், 'தட்சிணப் பிரதேச'த் திட்டத்தை எதிர்த்தும் 1956, பிப்ரவரி 20ஆம் தேதி தமிழகமெங்கும் சர்வகட்சி சார்பில் கடையடைப்பு நடத்துவதென்றும், சென்னையில் மாபெரும் கண்டனப் பேரணி நடத்துவதென்றும் கம்யூனிஸ்ட் கட்சி, திமுக, தமிழரசுக் கழகம் ஆகியவை முடிவெடுத்தன.

கடையடைப்பால் தலைநகரே வெறிச்சோடியிருந்தது. பேரணியைத் தொடங்க எம்.ஆர். வெங்கட்ராமன், ஜீவா, ம.பொ.சி. ஆகியோர் தயாராக இருந்தனர். எனினும் அப்போது எந்தக் காரணத்தாலோ அண்ணா வரவில்லை. எனவே இவர்கள் தலைமையில் ஊர்வலம் புறப்பட்டது. அவ்வளவுதான்! தீவுத்திடலைச் சுற்றி நின்றிருந்த காமராஜரின் போலீஸ் படை ஜீவா, எம்.ஆர்.வி இருவரையும் குறிவைத்துத் தாக்கியது. இருவர் தலையிலிருந்தும் ரத்தம் பெருக்கெடுத்தோடியது. எம்.ஆர்.வி. தன்மீது விழுந்த தடியடிகளையும் தாங்கிக் கொண்டு ஜீவாவின் தலையிலும், முகத்திலும் விழுந்த சில அடிகளையும் தாங்கிக் கொண்டார். பல நிமிடங்களுக்குப் பின் தடியடி நிறுத்தப்பட்டது. தமிழுக்காக கம்யூனிஸ்டுகள் சிந்திய ரத்த சாட்சி இந்தச் சம்பவம்.

பின்னர் நடந்த கூட்டத்தில் மக்கள் கொதித்தெழுந்து ஜீவாவை எங்கே என்று கேட்டு முழக்கம் எழுப்பினர். அப்போதுதான் ஜீவா கைது செய்யப்பட்டதாகத் தெரிகிறது. விடுதலை செய்ய முயற்சிக்கப்படும் என்றார் அண்ணா. எனினும் ஒரு கண்டனம் கூடத் தெரிவிக்காமல் கூட்டம் முடிந்தது.

அதே சமயம் இந்தி எப்போதும் வேண்டாம், ஆங்கிலம் எப்போதும் வேண்டும் என்று இந்தி எதிர்ப்பாளர்கள் முழக்கமிட்டபோது அது தவறு என்று வாதாடியவர் ஜீவா. எப்போதும் தமிழ் என்பதே சரியானது என்றார் அவர்.

•

இதற்கிடையே கட்சியில் உட்கட்சிப் போராட்டம் வலுத்து வந்தது. 1962இல் மாநிலச் சிறப்பு மாநாடு சென்னை தர்மபிரகாஷில் கூடியது. அதில் மாநிலச் செயற்குழுவுக்குத் தேர்வானார் ஜீவா. அப்போது இந்திய சீனப் போர் வெடிக்க, நூற்றுக்கணக்கான தலைவர்கள் கைதாயினர். எனினும் ஜீவா சீனப் போரில் சீனாவுக்கு எதிராக உறுதியான நிலையெடுத்ததாகவே தெரிகிறது. இதுவும் சிபிஐயும், சிபிஐ(எம்)மும் பிரிந்ததில் ஒரு முக்கியப் பங்கை வகித்த பிளவு.

இந்த நேரத்தில்தான் கட்சியை அவரது மரணம் பேரிடியாகத் தாக்கியது. தமது சிம்மக்குரலால் தொழிலாளர்களைச் சிலிர்த்தெழச் செய்த மாமனிதர், தமது எழுத்தாற்றலால் பல்லாயிரக்கணக்கான மக்களுக்கு மார்க்சியத்தைப் போதித்த ஆசான், அந்தக் கொள்கைக்காக எண்ணற்ற தாக்குதல்களைத் தாங்கிய போராளி ஜீவா 1963ஆம் ஆண்டு ஜனவரி 19ஆம் தேதியன்று பெரும் மாரடைப்பால் மரணமடைந்தார். அவரது மரணம் கம்யூனிஸ்டுகளை மட்டுமல்ல, தமிழகத்தையே உலுக்கியது.

பல்லாயிரக்கணக்கான மக்கள், தொழிலாளர்கள் அவருக்கு இறுதி அஞ்சலி செலுத்தக் கண்ணீருடன் திரண்டனர். ஏராளமான தலைவர்கள் சிறையில் இருந்ததால் அவரது உடலைப் பார்த்து அஞ்சலி செலுத்தக்கூட முடியாமல் தவித்தனர். அடுத்த நாள் அவரது உடல் பிராட்வேயில் துறைமுகத் தொழிலாளர் சங்கத்தில் வைக்கப்பட்டு, பின்னர் காசிமேடு இடுகாட்டில் தகனம் செய்யப்பட்டது.

சிலரது மரணம் அத்தோடு முடிந்து விடும். ஆனால் சிலரது மரணமோ வரலாறாகிவிடும். ஜீவாவின் மரணம் அத்தகையது. அவர் நமக்கு விட்டுச் சென்ற செய்திகள் பல்லாயிரம். ஜீவாவின் மரணத்தை ஒட்டி நடைபெற்ற நிகழ்வுகளை கே.ஜீவபாரதி 'ஜீவன் பிரிந்தபோதும் சிலையாய் எழுந்த போதும்' என்ற தலைப்பில் உணர்ச்சிமிகு புத்தகமாக வடித்துள்ளார்.

மகாகவி பாரதிக்குப் பின் தமிழ்மொழிக்கும், தமிழ் இலக்கியத்துக்கும் பெரும் மதிப்பைத் தேடித் தந்தவர் ஜீவா. கம்பராமாயணம் மீது மிகுந்த காதல் கொண்டவர். இலக்கியத்தை மக்களிடம் கொண்டு சேர்ப்பதில் ஈடுபாடு கொண்டவர். தனது பாடல்களையும் பாரதியின் பாடல்களையும் சேரிப் பகுதிகளில், பட்டி தொட்டிகளில் பாடிக் காட்டினார். அவரது பாடல்கள் புரட்சிகரக் கருத்துகளை அவர்களிடம் கொண்டு சேர்த்தன.

திருவருட்பாவைப் புதிய கோணத்தில் பேசுவார். காரைக்குடி கம்பன் கழகத்தில் ஆண்டுதோறும் அவரது சொற்பொழிவு இருக்கும்.

எல்லோரின் பேச்சுக்களும் ரத்தத்தைச் சூடாக்காது. 'பிரிட்டிஷ் ஏகாதிபத்தியத்தின் பிடரி மயிரைப் பிடித்து ஆட்டி, அதன் கோரப்பற்களை உடைத்து, குடலைப் பிடுங்கி...' – இதுதான் ஜீவாவின் சிங்கநாதம்.

'சட்டசபையில் இருக்கும்போது அவருக்கு முன்னால் மைக் வைக்கிறார்களே என்று வருத்தப்படுவேன். அந்த மைக் உடைந்து போகும்படிப் பேசுவார்.' சொன்னவர் ராஜாஜி.

ஜீவாவின் எழுத்துகள் ஜீவன் நிரம்பியவை. அநாவசியமான அலங்காரங்கள், அடுக்கு வார்த்தைகள், அர்த்தமற்ற வர்ணனைகள் இருக்காது. நேரடியான சொற்கள் மூலம் இலக்கைத் தாக்குவார்.

முதல்வர் காமராஜருக்கே நெருக்கமாக இருந்தபோதும், அதைக் கொண்டு தனது பிரச்சினைகளைத் தீர்த்துக் கொள்ள அவர் முயலவில்லை. ஒரு நாள், ஜீவாவின் வீட்டுக்கருகில் இருந்த ஒரு பள்ளி விழாவுக்கு வந்த காமராஜர் வீட்டுக்கு வந்து அவரையும் அழைக்கிறார். அவரை முன்னால் செல்லுமாறும் தான் பின்னால் வருவதாகவும் சொல்லி அனுப்பிவிட்டார் ஜீவா.

பின்னர் தாமதமாக வந்த ஜீவாவைக் கோபித்துக் கொண்டார் காமராஜர். அதற்குப் பதிலளித்த ஜீவா, தன்னிடம் இருந்த ஒரே வேட்டியைக் காய வைத்து உடுத்திக் கொண்டு வந்ததாகக் கூற, அதிர்ந்து போனார் காமராஜர். உடனே அவருக்குத் தெரியாமல் அவரது மனைவியை ஒரு சத்துணவு ஊழியர் பதவிக்கு விண்ணப்பம் அளிக்குமாறு செய்ய வைத்து வேலை கொடுத்தார். அதன் பிறகு ஜீவாவின் வறுமை சற்று குறைந்தது.

ஜீவா மறைந்து மூன்றாண்டுகளுக்குப் பிறகு சென்னை தண்டையார் பேட்டையில் மார்பளவுச் சிலை நிறுவப்பட்டது. இந்தியாவில் ஒரு கம்யூனிஸ்ட் தலைவருக்கு எழுப்பப்பட்ட முதல் சிலை அதுவே. அந்தச் செலவை முழுமையாக எம்.ஜி.ஆர் ஏற்றார். இந்தியக் கம்யூனிஸ்ட் கட்சியின் தலைவர் பி.சி.ஜோஷி திறந்து வைத்தார். கே.காமராஜ் தலைமை வகித்தார். ராஜாஜி, குன்றக்குடி அடிகளார், அண்ணாதுரை, ம.பொ.சி, மணலி கந்தசாமி, எஸ்.வி.காட்டே, பெரியார் உள்ளிட்ட பல தலைவர்களும் விழாவில் கலந்து கொண்டனர். அதுவே ஜீவாவின் பெருமையைக் காட்டும்.

கோடிக்கால் பூதமடா மக்கள்! அன்னார்
கொதித்தெழுந்து குலவையிட்டால், அவரை நாளும்
வாடிக்கை யாய்ச்சுரண்டிக் கொழுக்கும் வாழ்க்கை
வழக்கொழியும்! புதுவாழ்க்கை மலரும்! தம்பி!
கூடிக்கொள்! சங்கம்வை! கொடியைத் தூக்கு!
கோஷமிடு! போராடு! என்றே கூவி
சூடிக்கை யாய்த்தூண்டி, துயிலும் நீங்கித்
தொழிற்சங்கம் பலகண்டான் தோழன் ஜீவா!

.....

பொதுவுடைமை இயக்கத்தைத் தொடங்கி, நாளும்
ஆவியுடன் அனைத்தையுமே அதற்காய் ஈந்து
ஆயுளெலாம் போரிட்டான் அருமை ஜீவா!

.....

இதயத்தின் ரத்தத்தை மையாய் ஆக்கி,
எலும்பெல்லாம் எழுதுகின்ற கருவியாக்கி,
முதல்தொட்டு முடிவுரையைத் தனது வாழ்வின்
மூச்செல்லாம் பேச்செல்லாம் எழுத்தா யாக்கி
விதம்விதமாய் அனுபவித்த தியாக வாழ்வின்
வேதனையை, சாதனையைப் பொருளா யாக்கி
கடைநடத்திச் சென்றுவிட்டான்! நம்முள் ஜீவ
காவியமாய் நிலைபெற்று நின்றான் ஜீவா!
(திருச்சம்பலக்கவிராயர், ஜனசக்தி, 20.2.66)

பி. சீனிவாசராவ்

இறுதிவரை இயக்கம்

'**க**ரையேறி மீன் விளையாடும் காவிரி ஆறு, எங்கள் உறையூரின் காவலனே நீ வாழிய நீடு' என்ற திரைப்படப்பாடலைப் பலரும் கேட்டிருப்போம். காவிரி ஆறு கொஞ்சி விளையாடும் சோழ நாடு. செழித்து நிற்கும் நெற்பயிர்கள். தென்னிந்தியாவின் நெற்கிடங்கு என்று அறியப்படும் தஞ்சை மாவட்டம். இந்தப் பச்சைப்பசேல் காட்சிகளுக்குப் பின்னால் அதிர வைக்கும் வேறொரு காட்சி உண்டு.

சில மடங்களுக்கும் சில தனிநபர்களுக்கும் ஆயிரக்கணக்கான ஏக்கர் நிலங்கள் சொந்தமாக இருந்தன. அங்கு பண்ணையாள் என்ற முறையில் அடிமைகளாக விவசாயத் தொழிலாளர்கள் சுரண்டப் பட்டனர். காலை விடியும்போது வயலில் இறங்கினால் பொழுது இறங்கும்போதுதான் ஏற முடியும். சிறுநீர்கூட அங்கேயே கழிக்க வேண்டும். குழந்தையைக் கரையில் மரத்தில் தூளி கட்டித்தான் தொங்கவிட வேண்டும்.

சாட்டையால் அடிப்பது, சாணியைக் கரைத்து வலுக்கட்டாயமாகப் புகட்டுவது என்று காட்டுமிராண்டித்தனமான தண்டனைகள். குத்தகைதாரருக்கு விளைச்சலில் நான்கில் ஒரு பங்குதான். குழந்தைகளை ஆறு வயதில் மாடு மேய்க்கவும், பத்து வயதில் சாணம் அள்ளவும், பதினைந்து வயதில் வண்டி ஓட்டவும், பதினெட்டு வயதில் பண்ணை வேலை செய்யவும் அனுப்ப வேண்டும்.

இந்நிலையில் ஒரு கலகக்குரல் எழுகிறது. 'அடித்தால் திருப்பி அடி. சாணிப்பால் குடிக்காதே'. குனிந்தே கூன் விழுந்தவர்கள் நிமிர்ந்து பார்க்கிறார்கள். அக்கலகக்குரலுக்குச் சொந்தக்காரர் தோழர் பி. சீனிவாசராவ். அவர்களது மீட்பராகக் கம்யூனிஸ்ட் கட்சியால் அனுப்பப்பட்டு தஞ்சை-நாகை மண்ணுக்கு வந்து சேர்ந்தவர். செங்கொடியை அவர்கள் கையில் கொடுத்துப் போராட்டக் களத்துக்கு இழுக்கிறார் பி.எஸ்.ஆர். ஒரு வரலாற்றைப் படைக்கிறார்.

பி.எஸ்.ஆர். காவிரி ஆற்றின் தாய்மண்ணான தென்கன்னடப் பிரதேசத்தில் படகாராவில் 1910ஆம் ஆண்டு ஏப்ரல் மாதம் 10ஆம் தேதி ஒரு வைதீக பிராமணக் குடும்பத்தில் பிறந்தார். அவருக்கு அண்ணனும் ஒரு தம்பியும் ஆறு சகோதரிகளும் இருந்தனர். அவரது தந்தை அவருக்கு எட்டு வயதாக இருக்கும்போதே இறந்துவிட, அவரது தாய்மாமன் அவர்களது குடும்பத்தைத் தனது பொறுப்பில் எடுத்துக் கொண்டார்.

அவரது தாய் ஒரு வைதீகக் குடும்பத்தைச் சேர்ந்த பெண்மணியாதலால் ஒரு விதவைப் பெண்ணின் கோலம் தரித்துத் தனது அனைத்து வசதிகளையும் மறுத்து வாழ்ந்தார். அவரது துன்பம் மகனையும் துன்புறுத்தியது. தனது அன்னையிடம் இதைக் குறித்துக் கேட்டுக் கொண்டே இருந்தார். அன்னை அடிக்கடி உண்ணாவிரதம் இருப்பதைக் கண்டு மனம் வருந்தினார். சோமவாரத்தில் நாள் முழுதும் பட்டினி. இதைக் கண்டு தானும் சாப்பிட மாட்டேன் என்று அடம் பிடித்தார் மகன். வேறு வழியின்றி அம்மா விரதத்தைக் கைவிட்டார். அந்தச் சிறு வயதிலேயே இந்த வரதம் இருப்பதால் அப்பா திரும்பி வந்து விடுவாரா என்று பகுத்தறிவுக் கேள்வி எழுப்பினார் பி.எஸ்.ஆர்.

ஒரு கிறிஸ்தவப் பள்ளியில் படித்த பி.எஸ்.ஆர். அங்கும் அனைத்தையும் குறித்துக் கேள்வி எழுப்பினார். அவரது குறும்புத்தனத்தால் கோபமடைந்த பாதிரிகள் அவரைப் பள்ளியை

விட்டு நீக்கினார்கள். மாமாவின் தலையீட்டால் மீண்டும் பள்ளியில் சேர்க்கப்பட்டார். ஒரு மாணவனாகச் சிறந்து விளங்கினார் பி.எஸ்.ஆர். அதே சமயத்தில் அவரது மனதில் போராட்ட மனோபாவம் வளர்ந்து கொண்டிருந்தது.

இந்திய சுதந்திரப் போராட்டத்தில் மிகவும் இருண்ட, ரத்த ஆற்றில் மிதந்த நாள் 1919, ஏப்ரல் 13. அன்றுதான் மிகக்கொடியவன் டயர் பஞ்சாப் மக்களிடையே குண்டுகள் தீரும் வரை சுட்டு ஏராளமானோரைக் கொன்றான். இந்தியாவே கோபத்தில் கொதித்தது.

1920ஆம் ஆண்டு கூடிய காங்கிரஸ் மாநாடு, அனைத்து இந்தியர்களும் அந்நியப் பணிகள், பள்ளிகளை விட்டு வெளியேற வேண்டுமென அறைகூவல் விடுத்தது. பெங்களூர் கிறிஸ்தவக் கல்லூரியில் படித்து வந்த பி.எஸ்.ஆர். தனது படிப்பை விட்டுவிட்டு வெளியேறினார். மாமனோ சப் மாஜிஸ்ட்ரேட். அவர் எப்படி விடுவார்? ஆனால் அடங்கி வாழ விருப்பமின்றி வீட்டை விட்டு பி.எஸ்.ஆர். வெளியேறினார்.

எப்படியோ இந்தியாவிலிருந்து சிங்கப்பூருக்குச் சென்றுவிட்டார் அவர். அங்கு ஓர் உணவு விடுதியைத் திறந்து நல்ல வருமானத்தைப் பெற்று ஆடம்பர வாழ்வு வாழ்ந்தார். உயர் ரக சிகரெட்டுக்குக்கூட அடிமையாகி விட்டார். எனினும் சிறிது காலத்தில் இந்தியா திரும்பினார். அங்கு எந்தச் சபலமுமின்றி மீண்டும் சுதந்திரப் போராட்டத்தில் குதித்து விட்டார். சில காலம் தொடர்ந்த சிகரெட் பழக்கத்தை விடாப்பிடியாக முயன்று கைவிட்டார் பி.எஸ்.ஆர். மிகவும் தேர்ந்த சமையல்காரராக அவரை இந்த அனுபவம் மாற்றியது.

1920இலிருந்து 1930 வரை போராட்டங்களால் நாடு கொதித்துக் கொண்டிருந்தது. 1930இல் காந்தி உப்பு சத்தியாகிரகம் அறிவித்து தண்டி யாத்திரை சென்றார். நாடு முழுவதும் நடந்த சத்தியாகிரங்களில் பி.எஸ்.ஆரும் கலந்து கொண்டு இரண்டு முறை கைதானார். பின்னர் காந்தி 1932இல் அன்னியத் துணிகளைப் புறக்கணிக்க வேண்டும், கதர் துணி அணிய வேண்டும், அன்னியத் துணி விற்கும் கடைகள் முன் மறியல் செய்ய வேண்டுமென அறைகூவல் விடுக்க, மறியலில் இறங்கினார் பி.எஸ்.ஆர். அவர் கட்டிளங்காளையாக இருந்த சமயம். அவர் மறியலில் இறங்கினால் போலீஸ் வீறு கொண்டு தாக்கும். அனைத்தையும் வாங்கிக்

கொண்டு அவர் மறியலில் ஈடுபடுவார். என்றாவது கதர் கடையல் அதிக விற்பனையானால், இன்று பி.எஸ்.ஆர். மறியலா என்று கேட்பார்களாம்!

ஒருமுறை அவரைக் கடுமையாகத் தாக்கி, அவர் இறந்து விட்டார் என்று நினைத்து சாக்கடையில் தூக்கிப் போட்டுவிட்டுப் போய் விட்டது போலீஸ். மக்கள் பதறினாலும், அவரைக் காப்பாற்றத் துணியவில்லை. எனினும் ஒரு பெண்மணி அவரை வாரியெடுத்துச் சென்று தன் வீட்டில் வைத்து மீண்டும் உயிர் கொடுத்தார். அவரைக் கடைசி வரை கண்ணீர் மல்க நினைவு கூர்வார் பி.எஸ்.ஆர். அந்தப் பெண்மணி ஒருவருக்கு தாசியாக இருந்தவர்.

1935இல் பிரிட்டிஷ் மன்னர் இந்தியா வந்தபோது அவரது வரவுக்கு எதிராகக் காங்கிரஸ் களமிறங்கியது. 1943இல் கம்யூனிஸ்ட் கட்சிக்கு சென்னையிலுள்ள தனது வீட்டையே விற்று ரூ.8000 நன்கொடை கொடுத்த தோழர். அங்குசாமி ஒரு துண்டுப் பிரசுரத்தை அச்சடித்து இளைஞர்கள் மூலம் விநியோகித்தார். பி.எஸ்.ஆர். அவர்களில் ஒருவராக இருந்தார். போலீஸ் பாய்ந்து அவரைத் துரத்திப் பிடித்துச் சிறையிலடைத்தது. ஒரு துண்டுப் பிரசுரத்தைக் கூட அவர்களால் பொறுக்க முடியவில்லை.

1932ஆம் ஆண்டில் துணிக்கடை மறியலில் பி.எஸ்.ஆர் சிறையிலிருந்த போது ஒரு நிகழ்ச்சி. அங்கு அவர் மிகவும் மரியாதை செலுத்திய சுபாஷ் சந்திரபோசும் இருந்தார். அடிக்கடி அவரைப் பார்க்கச் செல்வார் 25 வயதான பி.எஸ்.ஆர். பொழுது போவது தெரியாமல் பல விஷயங்களைப் பேசிக் கொண்டிருப்பார்.

அந்த சமயத்தில் அந்தச் சிறையில் இருந்த அமீர் ஹைதர்கான் கண்ணில் மாட்டிவிட்டார் பி.எஸ்.ஆர். ஹைதர் அவரைக் குறி வைத்து விட்டார். போசைப் பார்த்து விட்டு வெளியே வந்த பி.எஸ்.ஆரைப் பின்னாலேயே சென்று பிடித்தார். அவரிடம் 'கம்யூனிஸ்ட் கட்சி அறிக்கையை'க் கொடுத்துப் படிக்கச் சொன்னார். அந்தச் சிறிய புத்தகத்தைப் பார்த்த பி.எஸ்.ஆர். சற்றும் சுரத்தின்றிப் படிக்கிறேன் என்று சொல்லி விட்டுச் சென்று விட்டார்.

ஹைதர் அடுத்த நாள் அவரைப் பிடித்துக் கொண்டு படித்தாரா என்று விசாரித்தார். பி.எஸ்,ஆர். அந்தப் புத்தகத்தைப் பார்த்திருந்தார். அதிலிருந்த விஷயங்கள் அவருக்குப் புரியாமல் வைத்து விட்டார். அதனால் ஹைதரிடம் அதில் ஒன்றுமேயில்லை என்று சொல்லி விட்டார். அவரை விடாமல் இழுத்துச் சென்ற ஹைதர் அந்தப்

தோழர்கள் ◆ 127

புத்தகத்தை விரிவாக விளக்கினார். அசந்து போனார் பி.எஸ்.ஆர். இந்தச் சிறு புத்தகத்தில் இவ்வளவு விஷயமா. மெதுவாக கம்யூனிசத்திடமும், ஹைதரிடமும் நெருங்கலானார். அதன் பிறகு லெனின் எழுதிய அரசும் புரட்சியும் நூலைப் படித்தார். 'ஏகாதிபத்தியம் ஒழிக' என்ற கோஷத்தைப் பல மேடைகளிலும் முழங்கியிருந்த பி.எஸ்.ஆர். அதன் உண்மையான பொருளை இப்போது உணர்ந்தார். தினமும் ஹைதரை அரித்து அடிப்படை மார்க்சியத்தைக் கற்றார் அவர்.

சில வாரம் கழித்து வேலூர் சிறைக்கு மாற்றப்பட்டார் பி.எஸ்.ஆர். அங்கும் பல மார்க்சிய நூல்களைக் கொண்டு சென்றவர், இ.எம்.எஸ். உட்படப் பலருக்கு அவற்றைக் கொடுத்துப் படிக்கச் செய்தார். இ.எம்.எஸ். படித்த முதல் மார்க்சிய நூல் அவர் கொடுத்ததுதான்.

இதற்கிடையில் 15 மாதம் சிறைத்தண்டனை பெற்ற ஹைதர் சேலம் சிறையில் அடைக்கப்பட்டார். தனது 'குருநாதர்' சேலம் சிறையில் இருப்பதை அறிந்த பி.எஸ்.ஆர். தன்னையும் அங்கு மாற்றுமாறு சிறை அதிகாரிகளை அரிக்கத் தொடங்கினார். அவரது தொந்தரவு பொறுக்காமல் வேறு வழியின்றி அவர் அங்கு கொண்டு செல்லப்பட்டார். அங்கு இருவரும் சந்தித்து மகிழ்ந்து, ஆழ்ந்த விவாதங்களில் மூழ்கினர். பி.எஸ்.ஆர். கம்யூனிஸ்டாகிக் கொண்டிருந்தார்.

•

சிறைவாசத்துக்குப் பிறகு வெளியே வந்த பி.எஸ்.ஆர் அங்கு சுந்தரய்யாவுடன் இணைந்து மூக்குப்பொடித் தொழிலாளர் சங்கத்தைத் தொடங்கி அதன் செயலாளரானார்.

அகில இந்திய அளவில் காங்கிரஸ் சோஷலிஸ்ட் கட்சி தொடங்கப்பட்டிருந்தும், சென்னையில் எதுவும் தொடங்க வில்லை. மாறாக, பி.ராமமூர்த்தி, ஏ.எஸ்.கே. அய்யங்கார் ஆகியோர் சென்னை ராஜதானி தீவிர இளைஞர் கழகத்தை உருவாக்கியிருந்தனர். அதன் மாநாட்டில் கலந்து கொண்டார் பி.எஸ்.ஆர்.

கம்யூனிஸ்ட் கட்சி வெளிப்படையாகச் செயல்பட முடியாததால் அவர்கள் காங்கிரஸ் சோஷலிஸ்ட் கட்சியில் சேர்ந்து செயல் படுவதென்று முடிவெடுக்கப்பட்டது. சென்னை மாகாணத்தின் கட்சிச் செயலாளரான சுந்தரய்யா, தமிழகத்தில் காங்கிரஸ்

சோஷலிஸ்ட் கட்சியை உருவாக்கும் பணியை பி.எஸ்.ஆரிடம் ஒப்படைத்தார். பி.ஆருடன் சென்னையில் அப்பணியில் இறங்கிய பி.எஸ்.ஆர்., தொழிலாளர் பாதுகாப்புக் கழகத்திலும் தீவீரமாக ஈடுபட்டார்.

1936இல் தமிழகத்தின் முதல் கம்யூனிஸ்ட் கட்சிக் கிளை உருவாக்கப் பட்டது. அந்த முதல் கிளையின் உறுப்பினராக பி.எஸ்.ஆர். இருந்தார்.

1936இல் லக்னோவில் நடந்த காங்கிரஸ் மாநாட்டையொட்டி நடந்த காங்கிரஸ் சோஷலிஸ்ட் மாநாட்டில் அகில இந்திய விவசாயிகள் சங்கத்தை உருவாக்குவதென்று தீர்மானிக்கப்பட்டது. அந்த மாநாட்டில் ஜீவாவும் பி.எஸ்.ஆரும் கலந்து கொண்டனர். எனினும் 1943இல்தான் தமிழகத்தில் விவசாய சங்கத்தை உருவாக்க முடிந்தது.

மக்களிடையே தனது பிரசாரத்தைக் கொண்டு செல்ல ஒரு பத்திரிகை வேண்டுமென நினைத்த காங்கிரஸ் சோஷலிஸ்ட்கட்சி அதற்காக 'ஜனசக்தி' ஏடைத் தொடங்க முடிவெடுத்தது. ஜீவா ஆசிரியராகவும், பி.எஸ்.ஆர். நிர்வாகப் பொறுப்பும் ஏற்றனர். பி.எஸ்.ஆர் கண்டிப்பானவர் என்பதால் அப்பொறுப்பு கொடுக்கப்பட்டது. ஆங்கிலத்தில் நியூ ஏஜும் தொடங்கப்பட்டது.

மூன்றே இதழ்களில் நின்று போனாலும் சீனிவாசராவின் நெருங்கிய நண்பர் ஒருவரின் பெயரில் ஓர் அச்சகத்தின் பேரில் மனுக் கொடுக்கப்பட்டு மீண்டும் தொடங்கப்பட்டது.

அக்காலத்தில் இளம் கம்யூனிஸ்டுகளான ஜீவா, சீனிவாசராவ், ராமமூர்த்தி, கே. முருகேசன் ஆகியோர் தொழிலாளர்களிடையே பணிபுரிந்து தொழிற்சங்கங்களை உருவாக்கி வலுப்படுத்தினர்.

விவசாய சங்கம் அமைக்கும் முயற்சியை ஒட்டித் தமிழகத்தில் பல இடங்களில் ஜமீன் ஒழிப்பு மாநாடுகளும் லேவாதேவி ஒழிப்பு மாநாடுகளும் நடைபெற்றன. அவற்றில் ஜீவாவும் பி.எஸ்.ஆரும் கலந்து கொண்டு உரையாற்றினர்.

நாகை விவசாயிகள் மாநாடு சீனிவாசராவ் தலைமையில் நடைபெற்று முக்கியமான தீர்மானங்களை நிறைவேற்றியது.

1936இல் சென்னைக்கு அகில இந்திய காங்கிரஸ் தலைவர் நேரு தன் மனைவி கமலாவுடனும் மகள் இந்திராவுடனும் சென்னை வந்தார். அவரைச் சந்தித்த ராவ், மாலையில் காங்கிரஸ் சோஷலிஸ்ட் கட்சி

அலுவலகத்துக்கு வந்து அவர்களது தேநீர் விருந்தில் கலந்து கொள்ள வேண்டுமெனவும் கேட்டார்.

முதலில் ஏற்ற நேரு பின்னர் பின்வாங்கி விட்டார். கோபமடைந்த சீனிவாசராவ் 'எங்களைப் போன்ற தொழிலாளர் தொண்டர்கள் நடத்தும் விருந்தில் கலந்து கொள்ள உங்களுக்கு நேரமிருக்குமா?' என்று குத்தலாகக் கேட்டவுடன் நேரு அசந்து போனார். அவரைப் பற்றி விசாரித்துக் கொண்டு பின்னர் விருந்தில் கலந்து கொண்டார்.

அதேபோல் 1938இல் சென்னை வந்த சுபாஷ் சந்திர போசையும் பி.எஸ்.ஆர். வரவேற்று கட்சி சார்பில் தேநீர் விருந்தளித்தார். பின்னர் போஸ் காங்கிரஸ் கட்சியிலிருந்து வெளியேறி பார்வர்ட் பிளாக் உருவாக்கியபின் சென்னை வந்தபோதும் அவரை வரவேற்று மாலையில் ஒரு பெரும் பேரணியை ஏ.எஸ்.கேவும் பி.எஸ்.ஆரும் நடத்தினர்.

அச்சமயத்தில் தொழிலாளர்கள் மீது போலீஸ் தாக்குதல் தொடுக்க, கோபமடைந்து நேரில் இறங்கினார் போஸ். எனினும், பேரணியைத் தொடர்ந்து நடத்துவதென்று முடிவெடுத்த தலைவர்கள் அவரை மீண்டும் காரில் அமர வைத்து வழிநடத்தினர். கடற்கரையில் அவரது ஆவேசப் பேச்சைக் கேட்டு மக்கள் மெய்சிலிர்த்தனர்.

1940இல் போர் எதிர்ப்புப் பிரசாரத்தில் ஈடுபட்ட கம்யூனிஸ்ட் தலைவர்கள் ஏராளமானோர் கைது செய்யப்பட்டனர். அவர்களில் ராவும் ஒருவர். அவர்கள் கடுமையான தாக்குதல்களுக்கும் உள்ளாயினர்.

1942இல் யுத்தம் சோவியத்துக்கெதிராகத் திரும்பியதும், கம்யூனிஸ்டுகள் அதனை மக்கள் போர் என்று வகைப்படுத்தி அதில் பாசிசத்துக்கெதிராக களமிறங்க வேண்டுமெனவும் முடிவெடுத்தனர். எனவே கம்யூனிஸ்ட் கட்சி மீதான தடை நீக்கப்பட்டு நாடெங்கும் கம்யூனிஸ்டுகள் விடுதலை செய்யப் பட்டனர். சீனிவாசராவும் விடுதலை பெற்றார்.

1939இலேயே காங்கிரஸ் சோஷலிஸ்ட் கட்சியிலிருந்து வெளியேற்றப்பட்டிருந்த கம்யூனிஸ்டுகள் இப்போது முறையான கட்சியை உருவாக்க முனைந்தனர். டாக்டர் சுப்பராயன் வீட்டில் கூடிய கூட்டத்தில் ஒரு மாநிலக்குழு உருவாக்கப்பட்டது. அக்குழுவில் பி.எஸ்.ஆர். மாநிலக்குழு உறுப்பினரானார்.

அந்தக் கூட்டம் பல பிரச்னைகளை விவாதித்தது. அப்போது தஞ்சை மாவட்டத்தில் நிலப்பிரபுக்கள் கொடுமை, பண்ணையடிமைத்தனம் ஆகியவற்றை ஒழித்து, கந்து வட்டிக்கு முடிவு கட்டி, விவசாய சங்கத்தைக் கட்டியமைக்க வேண்டும் என்ற முடிவு எடுக்கப்பட்டது. அதற்குக் கிராமம் கிராமமாகச் செல்ல வேண்டும், ஏழை மக்களுடன் விகல்பமில்லாமல் கலந்து பழக வேண்டும். உடல் உறுதியும், உள்ளத் திடமும் இருக்க வேண்டும். பி.எஸ்.ஆர் தானாக முன்வந்து இப்பொறுப்பை ஏற்றார்.

தஞ்சையில் மிகச்சில நிலப்பிரபுக்களிடமும் ஆதினம், மடம் ஆகியவற்றிடமும் பல்லாயிரக்கணக்கான நிலங்கள் இருந்தன. மன்னார்குடிக்கு அருகில் இருந்த தென்பரை கிராம நிலம் அனைத்தும் ஐதராபாத் ருத்ராபதி மடத்துக்குச் சொந்தம். அங்கு பல கோரிக்கைகளை முன்வைத்து நடந்த கூட்டத்தில் பி.எஸ்.ஆரும், மணலி கந்தசாமியும் கலந்து கொண்டனர். மடம் அவர்களது கோரிக்கையை ஏற்க மறுக்க, மாபெரும் போராட்டம் வெடித்தது. அதைச் சரியான வழியில் நகர்த்திய தலைவர்கள் ஏழு மாதங்களுக்குப் பின் மடத்தைப் பணிய வைத்தனர். அந்த வெற்றி லட்சக்கணக்கான பண்ணையடிமைகளிடையே நம்பிக்கையைத் தோற்றுவித்தது.

காக்கி டிராயருடனும் வெள்ளைச் சட்டையுடனும் கிராமங்களில் சுற்றத் தொடங்கினார் பி.எஸ்.ஆர். அவர்களது துன்ப துயரங்களைக் கண்டு அவரது நெஞ்சு கொதித்தது. அவர்களது அப்பாவித்தனம் கண்டு அவர் நெஞ்சு வெதும்பியது. 'இந்த ஆண்டை ரொம்ப நல்லவரு. தினம் அடிக்க மாட்டாரு!'

பி.எஸ்.ஆர் பொங்கியெழுந்தார்: 'நிலப்பிரபு உன்னைச் சாட்டையால் அடித்தால் அடிக்க விடாதே. சாணிப்பால் கொடுத்தால் குடிக்காதே! அவன் உன்னை அடித்தால் நீயும் அவனைத் திருப்பி அடி!'

பிராமணரான அவர் தமது குடிசையில் அமர்ந்து அவர்களது சோற்றை உண்பது அவர்களை மகிழச் செய்தது.

இந்தப் பிரசார வேகமானது பல இடங்களில் மோதலாக வெடித்தது. இப்பெருவெள்ளத்தை போலீசை வைத்து மட்டும் எதிர்கொள்ள முடியாது என்று புரிந்துகொண்ட ஆண்டைகள் ஓர் ஒப்பந்தத்துக்கு வந்தனர். அது மன்னார்குடியில் கையெழுத்தானது. இந்த வெற்றியால் அனைத்துக் கிராமங்களிலும் செங்கொடி

பறக்கத் தொடங்கியது. போராட்டம் முன்னை விடத் தீவீரமானது. லட்சக்கணக்கான ஆண்களும் பெண்களும் முதன்முறையாக அச்சமின்றி சரிநிகர் சமானவர்களாக நிமிர்ந்து நடக்கத் தொடங்கினர். போராட்டத் தளபதி பி.எஸ்.ஆர்!

பம்பரமாகச் சுழன்ற பி.எஸ்.ஆர். பரவலாக விவசாயிகள் சங்கத்தை உருவாக்க முனைந்தார். 1944 மே 3 மன்னார்குடியில் மாநாடு. மே 10 மதுரை மாவட்ட அமைப்பு மாநாடு. 17ஆம் தேதி ராமநாதபுரம். 25 திருநெல்வேலி. இவ்வாறு அனைத்து இடங்களிலும் சங்கத்தை உருவாக்கியவர் அவை ஜனநாயக முறைப்படி நடக்க வேண்டுமென்று கற்றுக் கொடுத்தார். விவசாயிகள் சங்க விதிமுறைகள் என்ற நூலை வெளியிட்டார்.

குன்னியூர் சாம்பசிவ ஐயரின் அடக்குமுறையை எதிர்த்து அங்கு நடந்த கூட்டத்தை அடிக்க அடியாட்களை ஏவுகிறார் ஐயர். பி.எஸ்.ஆர் நெருங்கி வந்தால் சுட்டு விடுவேன் என்று கையைத் தனது டிராயர் பாக்கெட்டில் விட்டுக் கொண்டு சிங்கமாகக் கர்ஜிக்கிறார். அவர்கள் தயங்கி ஏச்சில் இறங்குகின்றனர். விஷயம் தெரிந்த விவசாயப் பெருமக்கள் பெருந்திரளாக ஆவேசமாக வரவும், பயந்து போன ஐயர் பின்வாங்கி ஒப்பந்தத்துக்கு வந்தார். அடியாட்கள் பி.எஸ்.ஆரிடம் மன்னிப்புக் கேட்க புத்திமதி சொல்லி அனுப்பி வைத்தார்.

இதுபோல் அவர் கொதித்தெழுந்த சம்பவங்கள் நிறைய நடந்தன. 1946இல் திருச்சி ரயில்வே ஊழியர்களுக்கு ஆதரவாகச் சென்றபோது கைது செய்யப்பட்டார். தமிழ்நாட்டில் பிறக்கா விட்டாலும், தமிழில் பல பிரசுரங்களையும் கட்டுரைகளையும் எழுதியிருக்கிறார். அவரது கொஞ்சு தமிழைத் தஞ்சை மக்கள் ரசித்துக் கேட்டனர்.

அவரது காலத்தில் தமிழகத்தில் முற்போக்குக் கருத்துக்களைப் பரப்பிக் கலக்கிய 'தமிழ்நாடு புதுமைக் கலாமண்டபத்தின்' இயக்குனர் பி.எஸ்.ஆர். அது அவரது கலைப்பணி.

1952இல் அவர் காதலித்த ஆசிரியை நாச்சியாரம்மாளைக் கரம் பிடித்தார். இரண்டு பெண்மக்கள், ஓர் ஆண்மகன் அவருக்கு வாரிசுகள்.

1960இல் பல்வேறு பிரச்சனைகளை வலியுறுத்தி தமிழ்நாடெங்கும் விவசாயிகள் பாதயாத்திரை திட்டமிடப்பட்டது. தனது ஆஸ்துமா

நோயை மீறி, பலர் தடுத்தும் பி.எஸ்.ஆர் கோவைக் குழுவுக்குத் தலைமை வகித்தார். சிறப்பாகத் திட்டமிட்டு நடத்தி முடித்தார்.

அதைத் தொடர்ந்து 1961 செப்டெம்பர் 14 மறியல் நடைபெற்றது. வெளியிலிருந்து வழிகாட்டினார் பி.எஸ்.ஆர். சூறாவளி சுற்றுப்பயணம் செய்தார். நாங்குநேரி சென்றபோது அவருக்கு ஆஸ்துமா தொல்லை அதிகரித்தது. எனினும் சரி செய்து கொண்டு பேசினார். இரவு பலரது விண்ணப்பத்தையும் மறுத்து ரயிலில் துண்டை விரித்து தஞ்சை திரும்பினார்.

இந்த மறியல் போராட்டத்துக்குப் பணிந்த தமிழ்நாடு அரசு நில உச்சவரம்புத் திட்டத்தில் சில திருத்தங்களைச் செய்தது. பி.எஸ்.ஆர். மறியல் போராட்டத்தை வாபஸ் பெற்றார்.

1961, செப்டம்பர் 21 அன்று பி.எஸ்.ஆருக்கு மூச்சுத் திணறல் ஏற்பட, தோழர்.காத்தமுத்து ஓடோடி டாக்டரை அழைத்து வந்தார். சிறிது அமைதிப்பட்டாலும், பின்னிரவு நேரத்தில் அவர் மறைந்தார்.

திருத்துரைப்பூண்டியில் விவசாய மக்களின் கண்ணீருக்கிடையில் அவரது உடல் அடக்கம் செய்யப்பட்டது. எங்கிருந்தோ வந்து அம்மக்களின் அடிமைத்தனத்துக்கு முடிவு கட்டிய புரட்சியாளர் அங்கேயே அடக்கமானார்.

●

கே.டி.கே.தங்கமணி

உரக்கப் பேசு!

ஒரு செல்வச் சீமானின் மகன். தானே துவைத்த வேட்டி சட்டை அணிந்து காலம் முழுவதும் ஒரு மஞ்சள் பையுடன் தொழிலாளர் மத்தியில் வலம் வந்த பெருமகன் தோழர் கே.டி.கே.தங்கமணி.

தனது கடைசிக் காலத்தைக்கூட இந்தியக் கம்யூனிஸ்ட் கட்சியின் தலைமையகத்தில் ஒரு சிறு அறையில் கழித்து மறைந்தார். ஒரு வட்டச் செயலாளர்கூட பத்து உயர்ரகக் கார்களில் வலம் வரும் இக்காலத்தில் இந்த மனிதனின் பெருவாழ்வு அசாத்தியமானது.

கே.டி.கே பிறந்தது மதுரை மாவட்டத்திலுள்ள (இப்போது விருதுநகர்) திருமங்கலம். அவரது தந்தை கூழைய நாடார் மிகப்பெரிய செல்வந்தர். நாம் இப்போது தினசரி வாழ்வில் புழங்கும் சர்க்கரை அந்தக் காலத்தில் இங்கு உற்பத்தி செய்யப்படவில்லை. ஜாவா என்ற தீவிலிருந்து இறக்குமதி செய்யப்பட்டது. அதை ஒட்டுமொத்தமாக இறக்குமதி செய்த ஒரே

ஏஜெண்ட் கூழைய நாடார் என்றால் அவரது செல்வம் எத்தகையது என்பதைப் புரிந்து கொள்ளலாம்.

ஆனால் அவர் மற்ற செல்வந்தர்களைப் போல் அல்லாமல் தனது வருமானத்தில் ஒரு பகுதியை அறச்செயல்களுக்கென்று ஒதுக்கி வைத்தவர். தந்தை பெரியார் குடும்பத்துடனும் இவர்களுக்கு வணிகத் தொடர்பும் குடும்ப ரீதியான நட்பும் இருந்துள்ளது.

திருமங்கலத்திலேயே எட்டாம் வகுப்பு வரை படித்தவரை மேற்கொண்டு பள்ளியில் சேர்க்க மதுரை வரை சென்றிருக்கிறார்கள். வகுப்பில் முதல் மாணவராகவே திகழ்ந்திருக்கிறார் கே.டி.கே.

அவரது குடும்பமும் தேசிய இயக்கத்துக்கு நெருக்கமானதுதான். அவர் சிறுவனாக இருந்தபோது மகாத்மா காந்தியின் காலடியிலேயே அமர்ந்து அவரது பேச்சைக் கேட்டிருக்கிறார். கூட்டம் முடிந்தபோது, சுதந்திரப் போராட்ட நிதியாக அவரது அன்னை தனது தங்க நகைகள் அனைத்தையும் கழற்றிக் கொடுத்திருக்கிறார். இவையெல்லாம் சிறுவனின் மனதில் ஆழமாகப் பதிந்தன.

அவர் எஸ்.எஸ்.எல்.சி. முடித்தவுடன் அருகிலுள்ள சாத்தான் குடிக்கு பெரியார் வந்தபோது, தனது அண்ணனுக்குப் பிடிக்காவிட்டாலும், அவரது கூட்டத்துக்குப் போய்விட்டார் தங்கமணி. அதேபோல் ஈரோட்டில் நடந்த சுயமரியாதை இயக்கத்தின் இரண்டாவது மாநாட்டிலும் கலந்து கொண்டார்.

அடுத்ததாக மதுரைக் கல்லூரியில் இண்டர்மீடியேட் படித்தார் தங்கமணி. அப்போது நடந்த தேர்வில் அமெரிக்கன் கல்லூரியில் 5 பேரும், மதுரைக் கல்லூரியில் 3 பேரும் மட்டுமே தேர்ச்சி பெற்றனர். அவர்களில் முதல் இடத்தைப் பிடித்தார் தங்கமணி.

அடுத்ததாகக் கணிதத்தில் பி.ஏ.ஆனர்ஸ் படிப்பைத் திருச்சியில் செயிண்ட் ஜோசப் கல்லூரியில் தொடர்ந்தார் கே.டி.கே. இக்காலத்தில் அவரது தந்தை மறைந்துவிட்டார். கே.டி.கே அப்போதே தேசிய இயக்கத்தில் ஈடுபடத் தொடங்கியிருந்தார். நேஷனல் கல்லூரி வளாகத்துக்கு 1934இல் காந்தி வந்தபோது அதற்கான ஏற்பாடுகளில் ஈடுபட்டு தண்டனை பெற்றார். இதையெல்லாம் கருத்தில் கொண்ட அவரது அண்ணன் அவரை வணிகத்தில் ஈடுபடுத்த முடிவு செய்தார்.

ஆனால் தங்கமணியோ தனது மேற்படிப்பை லண்டனில் சென்று தொடர ஆசைப்பட்டார். வீட்டில் மூன்றுநாள் உண்ணாவிரதப் போர். மனம் வெதும்பிய அன்னை தலையிட்டு நிபந்தனையுடன் அனுமதி கொடுத்தார். படிப்பு முடியும் வரை அரசியல் கூடாது, திருமணம் கூடாது. ஏற்றுக்கொண்டார் கே.டி.கே. பின்னாளில் இந்தியாவின் நிதியமைச்சரான ஆர்.கே.சண்முகம் செட்டியாரின் அறிமுகக் கடிதத்துடன் பம்பாய் சென்று லண்டனுக்குக் கப்பல் ஏறினார். நான்காண்டுகள் மிடில் டெம்பிளில் சட்டம் பயின்றார்.

அவருடன் பல தேசியத் தலைவர்களும் பயின்றனர். பூபேஷ்குப்தா, ஜோதிபாசு, இந்திரஜித் குப்தா, இந்திராகாந்தி, பெரோஸ் காந்தி, ஏ.கே.சென், என்.கே.கிருஷ்ணன், பார்வதி கிருஷ்ணன், மோகன் குமாரமங்கலம் என அந்தப் பட்டியில் மிகவும் நீண்டது. 1940இல் பாரிஸ்டர் பட்டம் பெற்று இந்தியா திரும்பினார் கே.டி.கே.

தினத்தந்தி பத்திரிகையைப் பிற்காலத்தில் தொடங்கிய சி.பா.ஆதித்தனார் கே.டி.கேயைத் தம்முடன் சிங்கப்பூருக்கு அழைத்துச் சென்றார். அவரது வாதத்திறமையைப் பார்த்த சி.பா.ஆதித்தனாரின் மாமனார் தனது இரண்டாவது மகளை கே.டி.கேவுக்கு மணமுடித்துக் கொடுத்தார். அப்போதே நாவிதத் தொழில் செய்து வந்த அய்யாறு தலைமையில் சீர்திருத்தத் திருமணம் நடத்தினார்கள் என்பது சிறப்பு அல்லவா?

பின்னர் ஜப்பான் சிங்கப்பூரைக் கைப்பற்றி விடுமென்ற அச்சத்தில் பலரும் தாய்நாடு திரும்ப, கே.டி.கேவும் திரும்பித் தனது மாமனாரின் சொந்த ஊரான மணச்சைக்குச் சென்றார்.

வெள்ளையனே வெளியேறு இயக்கத்தில் நாடே கொதித்துக் கொண்டிருந்தது. தலைவர்களெல்லாம் கைது செய்யப்பட்டுவிட்ட நிலையில், மக்கள் தன்னிச்சையாகக் களத்தில் இறங்கிப் போராடிக் கொண்டிருந்தனர். அவர்கள் தீர்மானித்ததுதான் போராட்டம், வழிமுறை எல்லாம். அந்த இயக்கத்தின் முதல் போராட்டம் தமிழகத்தில்தான் நடந்தது என்பது சரித்திரம். அதை அறிய சின்ன அண்ணாமலையின் சுயசரிதையைப் படிக்க வேண்டும். அவரை மக்கள் சிறையிலிருந்து விடுவித்தனர்.

திருவாடனையில் பொங்கியெழுந்த மக்கள் கூட்டத்தை போலீஸ் கண்மூடித்தனமாகச் சுட்டு 49 பேரைப் பலி கொண்டது. போராளி சிவஞானத் தேவரைப் பிடித்து மரத்தில் கட்டி சுட்டுக்

கொன்றுவிட்டு ஓடிப் போனவரைச் சுட்டதாகக் கதை விட்டது. இதை அறிந்த கே.டி.கே தாமே அங்கு சென்றார். சிறையில் இருந்த சிவஞானத்தின் தம்பி ஆறுமுகத்தைச் சந்தித்துப் பேசிவிட்டுத் தாமே அந்த வழக்கை எடுத்துக்கொண்டு ஆஜரானார் அவர். பொது வாழ்வில் அவரது நுழைவு தொடங்கியது.

மதுரைக்குச் சென்று தனது வழக்கறிஞர் தொழிலைத் தொடங்கிய கே.டி.கே அங்கு ஒரு கலாசாரக் கழகத்தை நிறுவினார். பல தலைவர்களை அழைத்துப் பேச வைத்தார். சோவியத் யூனியனுக்கு ஆதரவாக மகாகவி ரவீந்திரநாத் தாகூர் ஒரு நல்லெண்ண அமைப்பைத் தோற்றுவித்தபோது அதன் மதுரை கிளைத்தலைவராகப் பொறுப்பேற்றார் கே.டி.கே.

உலக யுத்தம் தொடர்பான கண்காட்சியை மதுரை புதுமண்டபத்தில் ஏற்பாடு செய்து நடத்தும் பொறுப்பை ஏற்றார் கே.டி.கே. அவருக்கு உதவி செய்ய சோவியத் நண்பர்கள் குழுவின் தமிழ் மாநிலத் தலைவர் தமிழ்த் தென்றல் திரு.வி.க மதுரை வந்து அவருடன் தங்கினார். திரு.வி.க ஒரு மாபெரும் தொழிற்சங்கத் தலைவரும் ஆவார்.

இந்தச் சந்தர்ப்பத்தைப் பயன்படுத்திக் கொண்ட திரு.வி.க. சென்னையில் நடைபெற்று வரும் தொழிற்சங்கப் போராட்டங்கள் குறித்துக் கே.டி.கே.வுக்கு விரிவாக விளக்கி, கே.டி.கே.வைப் பொதுவாழ்வுக்கு வரவேண்டுமெனக் கேட்டுக் கொண்டார். அவ்வளவுதான். பொதுவாழ்வில் அவரது நுழைவு முழுமை பெற்று விட்டது.

மதுரையில் 51 மணி நேரம் நடந்த அந்தக் கண்காட்சியை 60 ஆயிரம் பேர் கண்டனர். நன்கொடையாக 1500 ரூபாய் சேர்ந்தது. 1000 ரூபாய்க்குப் புத்தகங்கள் விற்றன. அவ்வளவு சிறப்பாக கே.டி.கே, அப்துல் வகாப் உள்ளிட்டவர்கள் அந்த ஏற்பாட்டைச் செய்திருந்தனர்.

1936ஆம் ஆண்டில் தென்னிந்தியாவின் முதல் கம்யூனிஸ்டான சிங்காரவேலரை சுயமரியாதை இயக்க மாநாட்டில் சந்தித்தார் கே.டி.கே. குனிந்து வணங்கியவரை, 'ஏ தமிழா! குனியாதே! நிமிர்ந்து நின்று சலாம் வை' என்று அதிரும் குரலில் சிங்காரவேலர் முழங்கினார். அவருக்குத் தொழிற்சங்கத்தில் பேச்சுவார்த்தை நடத்தச் செல்லும்போது முதலாளிகளின் பித்தலாட்டச் சொற்களுக்கு இரையாகிவிடக்கூடாது என்றும் சொல்லிக்

தோழர்கள் ❖ 137

கொடுத்தார் சிங்காரவேலர். கடைசிவரை அதைக் கடைப்பிடித்தார் கே.டி.கே.

1943ஆம் ஆண்டில் கம்யூனிஸ்ட் கட்சியை தமிழகமெங்கும் அமைத்துச் செயல்படுவது என்று மாநிலத் தலைவர்கள் முடிவெடுத்தனர். அதன்படி பல மாவட்டங்களிலும் மாவட்டக் கிளைகள் உருவாயின. இக்காலத்தில்தான் கே.டி.கேவும் தம்மை கம்யூனிஸ்ட் இயக்கத்தின் உறுப்பினராக இணைத்துக் கொண்டார்.

மதுரையில் டி.வி.எஸ். நிறுவனம் பெயர் பெற்ற ஒன்று. அதன் தொழிலாளர்கள் கே.டி.கே.வை சந்தித்துத் தமது தலைவராக வேண்டுமெனக் கேட்டனர். அவருக்குத் தொழிற்சங்கம் பற்றித் தெரியா விட்டாலும் ஒரு வழக்கறிஞர் தலைவராக வேண்டுமென்று அவர்கள் வலியுறுத்தவும், கே.டி.கே. ஒப்புக் கொண்டார். ஆனால் பெயருக்கு இருக்க முடியுமா? வேலை நிறுத்தம் வந்தபோது, அதில் தீவிரமாக ஈடுபட்டு மறியலுக்குத் தலைமையேற்றுச் சிறை ஏகினார். தொடங்கியது தியாக வாழ்க்கை.

தொழிற்சங்கம் மேலும் அவரை உள்ளே இழுத்தது. 1945ஆம் ஆண்டில் ஏ.ஐ.டி.யூ.சியின் மாநாடு மதுரையில் கூடியது. அதன் வரவேற்புக் குழுத் தலைவராகப் பொறுப்பேற்று சிறப்பாக நடத்தினார்.

1946ஆம் ஆண்டில் ஒரு சுவையான நிகழ்வு. தமது சொந்த வேலையாக சிங்கப்பூர் சென்ற கே.டி.கே கட்சி கொடுத்த அறிமுகக் கடிதத்தை அங்கிருந்த கட்சியிடம் கொடுத்தார். அவரைக் காட்டுப் பகுதிக்கு அழைத்துச் சென்று அங்கிருந்த ஒரு மாபெரும் போராளியிடம் அறிமுகம் செய்கின்றனர். நீண்ட நேரம் அவருடன் உரையாடி மகிழ்ந்தார் கே.டி.கே. அந்தத் தலைவர் யார் தெரியுமா?

வியட்னாமின் தலைவரும், அமெரிக்க ஏகாதிபத்தியத்தின் கண்ணில் விரலை விட்டு ஆட்டி ஓட ஓட விரட்டியவருமான ஹோ சி மின். பின்னர் கே.டி.கே. நாடாளுமன்ற உறுப்பினராக இருந்தபோது இந்தியா வந்த ஹோவிடம் நேரு இவரை அறிமுகப்படுத்த, அவரோ, நாங்கள் ஏற்கெனவே அறிமுகமானவர்கள் நிறைய உரையாடி இருக்கிறோம் என்றாராம் அவர்.

●

கம்யூனிஸ்ட் இயக்கமும் தொழிற்சங்க இயக்கமும் வளர்ந்து விடக் கூடாது என்ற நோக்கத்துடன் இந்தியாவிலும் தமிழகத்திலும் பிரிட்டிஷ் ஆட்சி பல சதி வழக்குகளைத் தொடுத்து முடக்கப் பார்த்தது. அவற்றையெல்லாம் மீறித்தான் இயக்கம் வளர்ந்தது. அந்தச் சதி வழக்குகளில் முக்கியமான ஒன்று மதுரை சதி வழக்கு.

பி.ராமமூர்த்தி, கே.டி.கே. உள்ளிட்ட பல தோழர்கள் தமது தொழிற்சங்கத்துக்கு எதிரான தொழிற்சங்கத்தைச் சேர்ந்தவர் களைக் கொலை செய்யத் திட்டமிட்டனர் என்று சதி வழக்குத் தொடுத்து சிறையிலடைத்தது அரசு. பி.ஆர். தமது வாதத் திறமையால் வழக்கை உடைத்தெறிந்தார். 1947 ஆகஸ்ட் 14 அன்று மாலை சிறைச்சாலைக்கு வந்து குற்றம் சாட்டப்பட்டவர்களை விடுவித்தார் நீதிபதி. ஆயிரக்கணக்கான மக்கள் புடைசூழத் தலைவர்கள் ஊர்வலமாக வந்து சுதந்திர நாளைக் கொண்டாடினர். 'தீபாவளியும், சித்திரைத் திருநாளும் சேர்ந்து வந்தது போல் இருந்தது. மக்கள் தெருவில் இறங்கிக் கோலாகலமாகக் கொண்டாடினர்' என்று கூறி மகிழ்வார் கே.டி.கே.

அடுத்தநாள் மதுரை வந்த கம்யூனிஸ்ட் இயக்கப் பிரபல இசைக்கலைஞர் எம்.பி.சீனிவாசன் தியாக மணவாளன் எழுதிய 'விடுதலைப் போரினில் வீழ்ந்த மலரே' என்ற பாடலுக்கு மெட்டமைத்தார். இந்தப் பாட்டைக் கேட்டு உணர்ச்சிவசப்பட்டுக் கண்ணீர் சிந்துதியவர்களில் ஒருவர் கே.டி.கே, இன்னொருவர் சங்கரய்யா.

ஹார்வி மில்லில் வேலைப்பளுவைத் திணிக்க நிர்வாகம் முயன்றது. அந்தத் தாவாவைத் தீர்க்க நடுவர் குழு அமைக்கப் பட்டது. எனினும் தீர்ப்பு ஊழியர்களுக்கு எதிராகச் சென்று விட்டது. அதை எதிர்த்து கே.டி.கேவும் ஏ.பாலசுப்ரமணியமும் காலவரையற்ற உண்ணாவிரதம் இருக்க வேண்டுமென முடிவெடுக்கப்பட்டது. கூட்டம் கூட்டமாகக் கூடிய தொழிலாளர்கள் உடல் சோர்ந்த தலைவர்களைப் பார்த்து அழுதனர். கே.டி.கே.வின் அம்மாவும் வந்து பார்த்து அழுதார். வேறு வழியின்றி தொழிலமைச்சர் பக்தவத்சலம் தலையிட்டுப் பிரச்சினையைத் தீர்த்தார். கே.டி.கேவும் ஏ.பி.யும் இந்த மகத்தான சாதனையைத் தமது உயிரைப் பணயம் வைத்து முடித்து வரலாறு படைத்தனர்.

டி.ஐ.சைக்கிள்ஸ் போராட்டம் நடந்தபோது அனைத்து சங்கங்கள் சார்பில் சென்னையில் பிரம்மாண்டப் பேரணி நடைபெற்றது.

ரிசர்வ் வங்கி அருகே கே.டி.கேவையும் பிற தலைவர்களையும் அடித்துத் துவைத்தது போலீஸ்.

உண்ணாவிரதம் என்றால் அப்படி இருக்கும். சிறையில் ஒருமுறை 39 நாள் உண்ணாவிரதம். அதைப் பற்றி தியாகி ஐ.மா.பா. விளக்குகிறார். அடி என்றால் அப்படி ஓர் அடி. எப்படி முயன்றாலும் கலைக்க முடியவில்லை. காவலர்கள் அவரது வாயை வலுக்கட்டாயமாகத் திறந்து கஞ்சியை ஊற்றுவார்கள். அப்போதும் விழுங்காமல் துப்புவார். சட்டையிலும் மார்பிலும் வயிற்றிலும் கஞ்சி கொட்டிக் கிடக்கும். அப்படியே காய்ந்து அப்பியிருக்கும் தாடி. சவரம் கிடையாது. அடையாளமே கண்டுபிடிக்க முடியாது. எப்பேர்ப்பட்ட உறுதி!

மொத்தம் எட்டு வருடம் சிறை வாழ்க்கை. அனைத்தையும் புன்னகையுடன் தாங்கிக் கொண்டவர் கே.டி.கே. சிறிதும் கலங்கியவரில்லை. இன்று எதற்கெல்லாமோ சிறையில் இருந்து விட்டு தியாகிப் பட்டம் பெற்றுக் கொண்டிருக்கிறார்கள்!

அதேபோல் தமிழ்நாடு என்ற பெயர் பெறுவதற்காகப் பலரும் போராடினர். அந்த வரலாற்றில் குறிப்பிடத்தக்கவர் தியாகி சங்கரலிங்கனார். அவர் அந்தக் கோரிக்கையை முன்வைத்து விருதுநகரில் 1956ஆம் ஆண்டு ஜூலை 27ஆம் தேதியன்று காலவரையற்ற உண்ணாவிரதம் தொடங்கினார்.

பொறுக்க முடியாத காங்கிரஸ் கட்சி குண்டர்கள் அவரை உண்ணாவிரதப் பந்தலுக்குள் சென்று தாக்கினர். அவரைக் காத்து நின்றவர்கள் கம்யூனிஸ்டுகள். அவரது உயிரைக் காக்குமாறு அவர்கள் காமராஜரிடம் கேட்டுக் கொண்டதை அவர் நிராகரித்துவிட்டார். இறுதியாக 77 நாள்கள் உண்ணாவிரதம் மேற்கொண்டு அக்டோபர் 13ஆம் தேதியன்று உயிர் நீத்தார். இறப்பதற்கு முன் தமது சடலத்தைக் கம்யூனிஸ்டுகளிடம் ஒப்படைக்க வேண்டுமென உயில் எழுதினார். அதன்படி அவரது உடலைப் பெற்று எரியூட்டியவர்கள் கே.டி.கேவும் கே.பி.ஜானகியம்மாவும்தான்.

சட்டமன்றத்திலும் நாடாளுமன்றத்திலும் கூடத் தமது வாதத்திறனை நிரூபித்தவர் கே.டி.கே. அதேபோல் விதி முறைகளைக் கறாராகக் கடைப்பிடிப்பவர். தேர்தலில் ஒருமுறை கலவரம் ஏற்பட்டு அவர் இருந்த ஒரு சாவடியில் தகராறு மூண்டது. மற்றவர்கள் வெளியே வருவதற்கே அஞ்சிய நிலையில், இவர்

நேரடியாகச் சென்றுவிட்டார். கலவரக்காரர்கள் அவரைப் பார்த்ததும் மோதலை நிறுத்தினர்.

1989இல் அவரை எதிர்த்து நின்ற ஒரு ரயில்வே தொழிலாளியை ஆதரிப்பது போல் பேசிவிட்டார் கே.டி.கே. ஏனென்றால் அவர் தோற்றால் அவரது வாழ்வு சிதைந்துவிடும் என்ற சிந்தனைதான். மற்றவர்கள் அவரை வற்புறுத்தி அப்படிப் பேசாமல் இருக்க வைத்தனர்.

பொதுவாக, 5 மணிக்கு பிரசாரம் முடிக்க வேண்டுமென்றால் அப்படியே முடித்து விடுவார். அவரை யாரும் மீற முடியாது.

சிவகாசியில் பட்டாசு வெடித்து மிகப்பெரிய சேதம் ஏற்பட்டபோது அத்தொழிலை முடக்க நேரு நினைத்தார். உடனே நேருவைச் சந்தித்த நாடாளுமன்ற உறுப்பினர் கே.டி.கே விபத்துகள் ஏற்படாமல் காப்பாற்ற வேண்டுமே தவிர, அதை முடக்கி விடக்கூடாது என்று எடுத்துரைத்தார். நேருவும் ஒப்புக் கொண்டார். முடங்க இருந்த ஒரு தொழிலைத் தக்க சமயத்தில் காப்பாற்றினார் கே.டி.கே.

அலுமினியம் பவுடர் தொழிற்சாலை தொடங்கப்பட்டபோது அதை சிவகாசிக்கு அருகே அமைக்க முயற்சியெடுத்து சாதித்தவரும் அவரே. நாடாளுமன்ற உறுப்பினர்களின் செயல்திறன் அடங்கிய புத்தகத்தில் அதிகக் கேள்வி கேட்டவர் என்று அவரது பெயர் பதிவாகியுள்ளது.

சட்டமன்றத்தில் அரசைக் கடுமையாக விமர்சித்தாலும், தனிப்பட்ட முறையில் நட்பைப் பேணியவர் கே.டி.கே. அவர் நாடாளுமன்ற உறுப்பினராக இருந்தபோது மத்திய அமைச்சர்களோடு வாதாடி மதுரைக்கு விமான நிலையத்தைக் கொண்டு வந்தார். விடுதலைக்குப் பின் முதன்முதலில் கட்டப்பட்ட விமானநிலையம் அதுதான். அதேபோல் தென்மாவட்டத் தொழில் வளர்ச்சிக்குத் தேவையான ரயில்வே சரக்கு நிலையத்தை மதுரைக்குக் கொண்டு வந்தவர் கே.டி.கே.தான்.

தூத்துக்குடியில் துறைமுகம் அமைக்க வேண்டுமென்று ஒரு குழு தில்லி சென்றபோது, கே.டி.கே அவர்களை நேருவிடம் அழைத்துச் சென்று பேசித் தீர்வு கண்டார். துறைமுகம் அமைந்தது.

ஒருமுறை நேரு கே.டி.கேவையும் பூபேஷ் குப்தாவையும் வீட்டுக்கு விருந்துக்கு அழைத்துள்ளார். 'இவ்வளவு

மென்மையாகப் பேசுகிறீர்களே, எப்படிக் கம்யூனிஸ்ட் கட்சியில் இருக்கிறீர்கள்?' என்று கேட்டாராம் நேரு. கே.டி.கே தனது தலையிலும் நெற்றிக்குக் குறுக்காகவும் இருந்த தழும்புகளைக் காட்டிச் சொன்னார். 'உங்கள் அகிம்சை ஆட்சியில் கம்யூனிஸ்டுகள் மீது அடக்குமுறையைப் பிரயோகித்தபோது எனக்குக் கிடைத்த பரிசு. வன்முறையாளர்கள் யார்?' நேரு வாயடைத்துப் போனார்.

மதுரையில் அரசுப் பெண்கள் கல்லூரி கட்ட முடிவானபோது அதற்கு என்ன பெயர் வைப்பது என்ற கேள்வி எழுந்தது. நாத்திகரான எம்.பி. கே.டி.கே சொன்னார்: மதுரை என்றாலே மீனாட்சிதான். எனவே மீனாட்சி பெயரிலேயே கல்லூரி அமைய வேண்டும்.

1977இல் முதல்வரான எம்.ஜி.ஆர், கே.டி.கேவை அழைத்து தம்மை ஆட்சியில் அமர வைக்கப் போராடிய உங்களுக்கு என்ன செய்ய வேண்டுமெனக் கேட்டார். கே.டி.கே. மதுரை சதிவழக்கை சுதந்திரப் போராட்டத்தின் பகுதியாக அங்கீகரிக்க வேண்டும் என்று கேட்டார். உடனே உத்தரவைப் பிறப்பித்தார் எம்.ஜி.ஆர்.

1962இல் சீனப்போர் வெடித்தபோது ஒரே சிறையில் எம்.ஆர்.வி, வி.பி.சி, சங்கரய்யா, கே.டி.கே ஆகியோர் இருந்தனர். அந்த விஷயத்தில் அவர்களுக்கு மாறுபட்ட கருத்து இருந்தது. எனினும் தமது தோழமையை விட்டுக் கொடுக்காமல் அனைவரும் அதைப் பற்றிப் பேசாமல் தவிர்த்தனர். அவர்களது நட்பும் நேசமும் அப்படியானது.

உங்கள் அனுபவங்களை எழுதுங்கள் என்று தூண்டியும் கே.டி.கே எழுதவில்லை. அவருடன் பழகியவற்றை வைத்து ஏ.ஐ.டி.யூ.சியின் டி.எம்.மூர்த்தி ஒரு சிறிய புத்தகத்தை எழுதியுள்ளார்.

உடன் இருக்கும் தோழர்களுடன் ரோட்டோரக் கடைகளில் சாப்பிட்டு, கூட்டமான பேருந்தில் பயணம் செய்துகொண்டு, அலுவலத்தில் துண்டை விரித்துப் படுத்து உறங்கி, கடைசிவரை எளிமையாக வாழ்ந்து மறைந்தவர் கே.டி.கே.

•

உதவிய நூல்கள்

- சிந்தனைச் சிற்பி சிங்காரவேலு : வாழ்வும் சிந்தனையும், கே. முருகேசன், சி.எஸ். சுப்பிரமணியம், பாரதி புத்தகாலயம்
- சிங்காரவேலரின் பன்னோக்குப் பார்வை, பா.வீரமணி, பாரதி புத்தகாலயம்
- அமீர் ஹைதர்கான், காவியம் படைத்த கம்யூனிஸ்ட், டாக்டர் அயூப் மிர்சா, தமிழில் கி. ரமேஷ், பாரதி புத்தகாலயம் வெளியீடு.
- தோழர்.ஹர்கிஷன் சிங் சுர்ஜீத், சிபிஐ.எம். வெளீயீடு.
- மார்க்சிஸ்ட் கம்யூனிஸ்ட் கட்சியின் நவரத்தினங்கள், என்.ராமகிருஷ்ணன், பாரதி புத்தகாலயம் வெளியீடு
- சங்கரய்யா வாழ்க்கையும் இயக்கமும், என்.ராமகிருஷ்ணன், பாரதி புத்தகாலயம்
- சங்கராயணம் - வே.பெருமாள், தூவல் பதிப்பகம்
- மனிதர்கள் விழிப்படையும்போது, கோதாவரி பருலேகர்- சவுத் விஷன்
- கோதாவரி நூற்றாண்டு சிறப்புக் கட்டுரை, டாக்டர் அசோக் தாவ்லே
- Red Flag of the Warlis : History of an Ongoing Struggle, Archana Prasad
- ஒரு இந்திய கம்யூனிஸ்டின் நினைவலைகள், இ.எம்.எஸ்., பாரதி புத்தகாலயம்
- இ.எம்.எஸ். நூற்றாண்டு நினைவு மலர், தீக்கதிர்
- தோழர் ஜீவானந்தம் வாழ்க்கை வரலாறு, எம்.இஸ்மத்பாட்சா, NCBH
- ஜீவா- வெளிச்சத்தின் விலாசம், புதுவை ரா ரஜனி, NCBH
- பி.ராமமூர்த்தி : ஒரு போராட்டச் செம்மலின் வாழ்க்கைப் பயணம், என்.ராமகிருஷ்ணன், பாரதி புத்தகாலயம்
- தமிழகத்தில் கம்யூனிஸ்ட் இயக்கத்தின் தோற்றமும் வளர்ச்சியும், என்.ராமகிருஷ்ணன், பாரதி புத்தகாலயம்
- கே.டி.கே என்ற போராளி - டி.எம். மூர்த்தி, ஏ.ஐ.டி.யூ.சி வெளியீடு
- பி.எஸ்.ஆர். வாழ்க்கை வரலாறு, ஆர்.நல்லகண்ணு, NCBH

நீங்கள் விரும்பும் புத்தகம் உங்கள்
வீடு தேடி வர அழையுங்கள்

Dial for Books

94459 01234 | 9445 97 97 97

WhatsApp No: 95000 45609

dialforbooks.in | amazon.in | flipkart.com

K i z h a k k u T o d a y . i n

ஒரு புதிய இணைய இதழ்